സാംസ്കാരിക ദേശീയത

samskarika desheeyatha
study

•

venugopalan k a

•

first edition
august 2019

•

typesetting & published
chintha publishers, thiruvananthapuram

•

cover
ambish kumar

വിതരണം

ദേശാഭിമാനി ബുക്ക് ഹൗസ്

H O തിരുവനന്തപുരം-695 035
phone: 0471-2303026, 6063026
www.chinthapublishers.com
chinthapublishers@gmail.com

ബ്രാഞ്ചുകൾ

ഹെഡ്ഡാഫീസ് ബ്രാഞ്ച് കുന്നുകുഴി • സ്റ്റാച്യു തിരുവനന്തപുരം • കെ എസ് ആർ ടി സി ബസ് സ്റ്റേഷൻ ആലപ്പുഴ • കെ എസ് ആർ ടി സി ബസ് സ്റ്റേഷൻ എറണാകുളം • മച്ചിങ്ങൽ ലെയ്ൻ തൃശൂർ • ഐ ജി റോഡ് കോഴിക്കോട് • മാവൂർ റോഡ് കോഴിക്കോട് • എൻ ജി ഒ യൂണിയൻ ബിൽഡിങ് കണ്ണൂർ • സെൻട്രൽ ബസ് ടെർമിനൽ കോംപ്ലക്സ് താവക്കര കണ്ണൂർ

CO - 2830 / 5103
ISBN - 978-93-88485-99-9

സാംസ്കാരിക ദേശീയത

വേണുഗോപാലൻ കെ എ

ചിന്ത പബ്ലിഷേഴ്സ്
തിരുവനന്തപുരം-695 035
വില : ₹ 100

വേണുഗോപാലൻ കെ എ

ആയിരത്തിത്തൊള്ളായിരത്തി അൻപത്തി ഏഴിൽ ജനനം. അച്ഛൻ: അശോകൻ, അമ്മ: തങ്കം.

നാട്ടിക എസ് എൻ കോളേജിൽനിന്ന് ബിരുദവും എറണാകുളം ലാ കോളേജിൽനിന്ന് നിയമ ബിരുദവും. ഡി വൈ എഫ് ഐ സംസ്ഥാന കമ്മിറ്റി അംഗമായും സി പി ഐ (എം) നാട്ടിക ഏരിയ കമ്മിറ്റി അംഗമായും പ്രവർത്തിച്ചു. ഇപ്പോൾ ചിന്ത വാരികയുടെ പ്രിന്ററും പബ്ലിഷറും.

കൃതികൾ : *പാർലമെന്ററി പ്രവർത്തനവും കമ്യൂണിസ്റ്റുകാരും, നക്സലിസത്തിന്റെ മുഖംമൂടി മാറ്റിയാൽ, ഇടതു വലതു വ്യതിയാനങ്ങൾക്കെതിരെ, സോഷ്യലിസം ഇന്ത്യൻ പരിതഃസ്ഥിതിയിൽ, ജാതിവ്യവസ്ഥയും ജാതി രാഷ്ട്രീയവും, വർഗ്ഗീയത: ചരിത്രവും വർത്തമാനവും, നവലിബറൽ ഹിന്ദുത്വം, ജനാധിപത്യം ഫാസിസം, ഹിന്ദുത്വവും ദേശീയതയും, മുതലാളിത്തവും ജാതിവ്യവസ്ഥയും, നവലിബറലിസം.*

ഭാര്യ : ഓമന,
മകൾ : നിലിയ
മരുമകൻ : ശ്രീജിത്ത്
Phone : 9446942 333
E-mail : venuasok@gmail.com

ഉള്ളടക്കം

പ്രസാധകക്കുറിപ്പ്

ജനാധിപത്യ രാഷ്ട്രമായ ഇന്ത്യയെ ഹിന്ദുരാഷ്ട്രമെന്ന് സ്ഥാപിച്ചെടുക്കാനുള്ള സംഘപരിവാർ - ആർ എസ് എസ് പരിശ്രമങ്ങൾക്ക് കാലങ്ങളുടെ പഴക്കമുണ്ട്. ഭരണകൂട അധികാര സംവിധാനങ്ങൾക്കൊപ്പം കോർപ്പറേറ്റുകളെയും ഉപയോഗപ്പെടുത്തിക്കൊണ്ട് ഹിന്ദുത്വ ശക്തികൾ വ്യാപകമായ വ്യാജപ്രചാരണങ്ങൾ ജനങ്ങളിലേക്ക് എത്തിക്കുന്നു. ചരിത്രത്തിന്റെ യാഥാർത്ഥ്യങ്ങളല്ല, വ്യാജ ചരിത്ര നിർമ്മിതിയുടെ പാഠങ്ങളാണ് ജനങ്ങൾക്കു മുമ്പിൽ അവതരിപ്പിക്കുന്നത്. മതം, സംസ്കാരം, ദേശീയത എന്നിവയെ അതിവൈകാരികമായിത്തന്നെ ഭരണകൂടം ജനസമൂഹത്തിനുമുമ്പിൽ അവതരിപ്പിക്കുമ്പോൾ അവയ്ക്കെതിരെ പ്രതിരോധങ്ങൾ സൃഷ്ടിക്കപ്പെടേണ്ടതുണ്ട്. ഇത്തരമൊരു രാഷ്ട്രീയ ദൗത്യം ഏറ്റെടുത്ത ഗ്രന്ഥമാണ് വേണുഗോപാലൻ കെ എയുടെ *സാംസ്കാരിക ദേശീയത*. സാംസ്കാരിക ദേശീയതയെ സംബന്ധിച്ചുള്ള അതിവാദങ്ങളെയും വ്യാജ പ്രചരണങ്ങളെയും അതിസമർത്ഥമായി പൊളിച്ചെഴുതുന്ന ഈ ഗ്രന്ഥം വായനാ സമൂഹത്തിനു സമർപ്പിക്കുന്നു.

ചിന്ത പബ്ലിഷേഴ്സ്

'വൈദിക ദേശീയത'

'ജന്മഭൂമി'യുടെ 2017 ലെ ഓണപ്പതിപ്പ് ഹിന്ദുദേശീയത സംബന്ധിച്ചുള്ള ഒരു സമഗ്രപഠനമാണ് കാഴ്ചവെച്ചിട്ടുള്ളത്. അതിൽ വൈദിക ദേശീയത എന്ന തലവാചകത്തിനു കീഴിൽ വേദകാലത്തെ ദേശരാഷ്ട്ര പരികല്പനകൾ എന്ന ലേഖനത്തിലാണ് മുഖ്യമായും വേദകാലത്തുതന്നെ ദേശീയബോധം രൂപപ്പെട്ടിരുന്നു എന്ന് സ്ഥാപിക്കാൻ ശ്രമിച്ചിട്ടുള്ളത്.

ഋഗ്വേദത്തിൽ പതിനൊന്നും ശുക്ലയജൂർവേദത്തിൽ എഴുപത്തിയൊന്നും അഥർവവേദത്തിൽ അൻപത്തിയൊന്നുംതവണ 'രാഷ്ട്ര' ശബ്ദം കടന്നുവരുന്നുണ്ട്. 'രാജ്യ ദീപ്തൗ'എന്ന ധാതുവിനോട് 'ഷ്ട്രന്' പ്രത്യയം ചേർന്നാണ് 'രാഷ്ട്ര' ശബ്ദം നിഷ്പന്നമാകുന്നത്. 'രാജയന്തി പ്രകാശയതിസർവ്വാൻ ലോകാൻ ഇതി രാഷ്ട്രം' എന്നാണ് രാഷ്ട്രശബ്ദത്തിന് അർത്ഥം. സർവ്വ ജനങ്ങളെയും പ്രകാശിപ്പിക്കുന്നത് രാഷ്ട്രം, എന്നാണ് രാഷ്ട്രത്തിന്റെ നിർവ്വചനം. ''അങ്ങനെയെങ്കിൽ സർവ്വ ജനങ്ങളെയും ഒരേപോലെ പ്രകാശിപ്പിക്കുന്ന അഥവാ ഉദ്ബോധിപ്പിക്കുന്ന ചിന്തയെ നമുക്ക് രാഷ്ട്രബോധം എന്നു വിളിക്കാം'' എന്നാണ് ലേഖകൻ വേദകാലത്തുതന്നെ ദേശീയത നിലനിന്നിരുന്നു എന്ന് സമർത്ഥിക്കുന്നതിനായി നല്കുന്ന വ്യാഖ്യാനം.

തുടർന്ന് ലേഖകൻ രാജ്യം എങ്ങനെയാണ് രാഷ്ട്രത്തിൽനിന്ന് വ്യത്യസ്തമായിരിക്കുന്നത് എന്ന് നിർവ്വചിക്കുന്നുണ്ട്. ''രാജ്യം എന്നത് ഏകഭരണവ്യവസ്ഥയ്ക്കു കീഴിലുള്ള പ്രത്യേക ഭൂപ്രദേശത്ത് വസിക്കുന്ന ജനസമൂഹമാണ്. എന്നാൽ രാഷ്ട്രം എന്നത് പൊതുവായ പാരമ്പര്യമോ, സംസ്കാരമോ, ഭാഷയോ ഹേതുവായി ഒന്നിച്ചു നില്ക്കുന്ന ജനസമൂഹമാണ്.''

ഇങ്ങനെ സർവ്വ ജനങ്ങളെയും പ്രകാശിപ്പിക്കുന്നതും പൊതുവായ പാരമ്പര്യത്താലും പൊതുവായ സംസ്കാരത്താലും പൊതുവായ ഭാഷയാലും ഒന്നിച്ചു നില്ക്കുന്ന ഒന്നായിരുന്നോ വൈദിക കാലഘട്ടം മുതൽ ഇന്ത്യ എന്ന ചോദ്യത്തിനുള്ള വസ്തുനിഷ്ഠമായ ഉത്തരമാണ് ഇന്ത്യക്കാകെ ബാധകമായ ഏകദേശീയതാബോധം ഉണ്ടായിരുന്നോ ഇല്ലയോ എന്ന് നിശ്ചയിക്കുന്നത്. മേൽപ്പറഞ്ഞ *ജന്മഭൂമി* ലേഖനത്തിൽ തന്നെ ഇതിനുള്ള ഉത്തരവുമുണ്ട്.'വൈദിക രാഷ്ട്ര ഗീതം' എന്ന ഉപതലവാചകത്തിനു കീഴെ ലേഖകൻ യജൂർവേദത്തിൽ നിന്ന് ഉദ്ധരണി നല്കിയിരിക്കുന്നത് താഴെ കൊടുക്കുന്നു.

ഓം ആ ബ്രഹ്മൻ ബ്രാഹ്മണോ
ബ്രാഹ്മവർചസീ ജായതാം
ആ രാഷ്ട്രേ രാജന്യ: ശൂര ഇഷവ്യോ ധി
വ്യാധി മഹാരഥോ ജായതാം
ദോഗ്ധ്രീ ധേനുർ വോഢാനസ്വാൻ അശു:
സപ്തി: പുരന്ധിർയോഷാ
ജിഷ്ണൂരഥേഷ്ഠാ: സഭേയാ യുവാസ്യ
യജമാനസ്യ വീരോ ജായതാം
നികാമേ നികാമേ ന: പർജന്യോ വർഷതു
ഫലവര്യോ ന ഓഷധായ: പച്യന്താം യോഗ
ക്ഷേമോ ത: കല്പ താമ്

(യജൂർവേദം 22.22)

അർത്ഥം: ഹേ പരമാത്മൻ, ഞങ്ങളുടെ രാഷ്ട്രത്തിൽ ബ്രാഹ്മണർ ബ്രാഹ്മവർചസ്സുള്ളവരാകട്ടെ. ക്ഷത്രിയർ ശൂരരും ധനുർധരരും ശത്രുവിനെ ഇല്ലാതാക്കാൻ കെല്പുള്ളവരുമായ മഹാരഥികളാകട്ടെ. പശുക്കൾ ധാരാളം പാൽ ചുരത്തുന്നവരാകട്ടെ. കാളകൾ ഭാരം വഹിക്കാൻ കെല്പുള്ളവരാകട്ടെ, സ്ത്രീകൾ കുടുംബഭരണത്തിൽ ശ്രദ്ധയുള്ളവരാകട്ടെ. ഈ യജമാനന്റെ യുവപുത്രൻ വീരനും സഭയിൽ സുശോഭിക്കുന്നവനുമാകട്ടെ. ഞങ്ങളുടെ വിശിഷ്ടമായ പ്രാർത്ഥനയാൽ മേഘങ്ങൾ മഴവർഷിക്കുമാറാകട്ടെ, ഔഷധികൾ ഫലപുഷ്പങ്ങളണിയട്ടെ. ഞങ്ങൾക്കായി ഈ രാഷ്ട്രത്തിൽ യോഗക്ഷേമമുണ്ടാകട്ടെ."

ഇത് വേദകാല ഭരണവ്യവസ്ഥയിൽ പ്രകാശിപ്പിക്കപ്പെടുന്ന ജനങ്ങൾ ഏത് എന്ന് വ്യക്തമാക്കുന്നു. ബ്രാഹ്മണനും ക്ഷത്രിയനും മാത്രമാണ് യജൂർവേദകാല ഘട്ടത്തിൽ 'ജനം' എന്ന നിർവ്വചനത്തിനു കീഴിൽ വന്നിരുന്നത്. വൈശ്യനും ശൂദ്രനും ചണ്ഡാലനും കാട്ടാളനും രാക്ഷസനും തുടങ്ങി ബഹുഭൂരിപക്ഷം വരുന്നവരും അന്നത്തെ 'ജനം' എന്ന നിർവ്വചനത്തിനു കീഴിൽ വന്നിരുന്നില്ല. ബ്രാഹ്മണനും ക്ഷത്രിയനും മാത്രം പരിഗണന കിട്ടുന്ന ഒരു രാജ്യത്ത് എങ്ങനെയാണ് സർവ്വ ജനങ്ങൾക്കും

രാഷ്ട്രബോധമുണ്ടായിരുന്നു എന്നു പറയുന്നത്? അവർ മനുഷ്യരായി പ്പോലും പരിഗണിക്കപ്പെട്ടിരുന്നില്ല എന്നല്ലേ ഇതിൽനിന്ന് വ്യക്തമാവു ന്നത്?

ഹിന്ദു ദേശീയവാദികൾ ഉയർത്തിപ്പിടിക്കുന്ന ഭാരതമാത സങ്കല്പം രൂപപ്പെട്ടുവന്നതെങ്ങനെയെന്നും ലേഖകൻ തുടർന്ന് പരിശോധിക്കു ന്നുണ്ട്. 'രാഷ്ട്രദേവി സങ്കല്പം' എന്ന ഉപതലവാചകത്തിനു കീഴിലാണ് ഈ പരിശോധന നടക്കുന്നത്. അതിൽ പറയുന്നു: ''രാഷ്ട്രശക്തിയായ ഞാൻ രുദ്രന്മാരായ വീരന്മാരുടെയും ധനികരുടെയും ആദിത്യന്മാരായ വിദ്വാന്മാരുടെയും കൂടെ ഇരിക്കുന്നവളാണ്.'' ഭരണകൂടം, അല്ലെങ്കിൽ ഭാരതമാതാവിന്റെ വർഗ്ഗസ്വഭാവമാണിവിടെ വ്യക്തമാക്കപ്പെട്ടിരിക്കുന്നത്. ഭരണകൂടം ജനത്തിന്റെ കൂടെയല്ല പടയാളികളുടെയും ധനികരുടെയും വിദ്വാന്മാരുടെയും കൂടെയാണെന്ന് അർത്ഥ ശങ്കയ്ക്കിടയില്ലാത്ത വിധം അഥർവവേദത്തിൽ വ്യക്തമാക്കിയിരുന്നു എന്നാണ് ഈ ഉദ്ധരണി കാണി ക്കുന്നത്. *ഭരണകൂടവും വിപ്ലവവും* എന്ന ഗ്രന്ഥത്തിൽ ലെനിൻ വിശദീക രിക്കുന്ന ഭരണകൂടത്തിന്റെ വർഗ്ഗസ്വഭാവം അഥർവവേദകാലഘട്ടം മുതൽ തന്നെ ഇന്ത്യയിൽ നിലവിലുണ്ടായിരുന്നു എന്നാണിത് വ്യക്തമാക്കുന്നത്. അല്ലാതെ പൊതുവായ പാരമ്പര്യവും സംസ്കാരവും ഭാഷയുമുള്ള ഏക ദേശീയ രാഷ്ട്രമായിരുന്നില്ല ഭാരതം.

ഭാരതത്തിന് അന്ന് ആര്യാവർത്തം എന്നായിരുന്നുവത്രെ പേര്. വേദ ങ്ങൾ കഴിഞ്ഞാൽ ഏറ്റവും പ്രാചീനമായ *മനുസ്മൃതി*യിൽ ഈ ആര്യാ വർത്തത്തിന്റെ നാലതിരുകൾ ഏതെന്ന് വ്യക്തമാക്കപ്പെട്ടിട്ടുണ്ട്.

> ''ആ സമുദ്രാത് തു വൈ പൂർവാദ്
> ആ സമുദ്രാച്ച പശ്ചിമാത്
> തയോരേവാന്തരം ശിര്യോരാര്യാവർത്തം
> വിദുർ ബുധാ''(മനുസ്മൃതി 2.22)

''അർത്ഥം: കിഴക്കേ സമുദ്രം മുതൽ പടിഞ്ഞാറെ സമുദ്രംവരെ മേൽപ്പറഞ്ഞ ഹിമവാനും വിന്ധ്യനും ഇടയ്ക്കുള്ള ദേശത്തെ ആര്യാ വർത്തം എന്ന് അറിവുള്ളവർ ഗ്രഹിക്കുന്നു.''

എന്തായാലും ദക്ഷിണേന്ത്യ ആര്യാവർത്തത്തിലുണ്ടായിരുന്നില്ല എന്നതിന് തെളിവ് *മനുസ്മൃതി* തന്നെ. പിന്നെ എങ്ങനെയാണ് ഇന്ത്യ ഏകദേശീയ രാഷ്ട്രമായി വേദകാലം മുതൽതന്നെ നിലനിന്നിരുന്നു എന്ന് വാദിക്കാനാവുക?

'സാംസ്കാരിക ദേശീയത'

സവർക്കർ *ഹിന്ദുത്വ* എന്ന ഗ്രന്ഥത്തിൽ എന്താണ് ദേശീയത എന്ന് നിർവ്വചിച്ചിട്ടുണ്ട്. ''പൊതുവായ മതവും സംസ്കാരവും പൊതുവായ ചരിത്രവും പാരമ്പര്യവും, പൊതുസാഹിത്യം, ശരിതെറ്റുകളെക്കുറിച്ചുള്ള സമാനബോധം, ഭൂമിശാസ്ത്രപരമായ ഏകതയുള്ള പ്രദേശത്തിനു മേലുള്ള അവകാശം, ഒരു രാഷ്ട്രീയ ഏകകമായി മാറുന്നതിനുള്ള അഭിലാഷം എന്നിവയെല്ലാമോ അല്ലെങ്കിൽ ചിലതോ ഉള്ള ഒരു ജനസമൂഹത്തെയാണ് രാഷ്ട്രം എന്നു പറയുന്നത്'' (*ഹിന്ദുത്വ*: സവർക്കർ)

ഇതിനെയാണ് ഗോൾവാൾക്കർ പിന്നീട് 'സാംസ്കാരിക ദേശീയത' എന്നു വിശേഷിപ്പിക്കുന്നത്. മതം, ജാതി, ഭാഷ, ഭൂവിഭാഗം എന്നിവയെ എല്ലാം ഉൾക്കൊള്ളാൻ കഴിയുന്ന ഒന്നായാണ് 'സാംസ്കാരിക ദേശീയത' വിശേഷിപ്പിക്കപ്പെടുന്നത്. സംസ്കാരം എന്ന പദം തന്നെ വൈവിദ്ധ്യപൂർണ്ണമായ അർത്ഥതലങ്ങളുള്ള ഒരു പദമാണ്. ശവസംസ്കാരച്ചടങ്ങു മുതൽ നാഗരികത ഉൾപ്പെടെ അതിന്റെ അർത്ഥ വ്യാപ്തിയിൽ വരും. എന്നാൽ അതല്ല സാംസ്കാരിക ദേശീയതയിലെ സംസ്കാരം. അത് എന്ത് എന്നറിയണമെങ്കിൽ ഗോൾവാൾക്കറുടെ 'നാം അല്ലെങ്കിൽ നമ്മുടെ ദേശീയത നിർവ്വചിക്കപ്പെടുന്നു' എന്ന ലഘുലേഖ വായിക്കണം. അതിൽ ''ഹിന്ദുസ്ഥാൻ എന്ന ഈ രാജ്യത്ത് രാഷ്ട്രം എന്ന സങ്കല്പനത്തിൽ വരുന്നത് ഹിന്ദുവംശവും അതിന്റെ മതവും ഹിന്ദു സംസ്കാരവും ഹിന്ദുഭാഷയും മാത്രമാണ്. (സംസ്കൃതത്തിന്റെ സ്വാഭാവിക കുടുംബവും അവരുടെ സന്തതിപരമ്പരകളും) അത് കൃത്യമായി പറഞ്ഞാൽ ഹിന്ദുസ്ഥാനിൽ നിലകൊള്ളുന്നതും നിലകൊള്ളേണ്ടതും പരമ്പരാഗതമായ ഹിന്ദു രാഷ്ട്രവും ഹിന്ദുരാഷ്ട്രം ഒഴികെ മറ്റൊന്നല്ലാത്തതുമാണ്. ദേശീയതയിൽ ഉൾക്കൊള്ളുന്നതൊന്നും അതായത് ഹിന്ദുവംശവും മതവും

സംസ്കാരവും ഭാഷയും ഒഴികെ എല്ലാം സ്വാഭാവികമായ യഥാർത്ഥ 'ദേശീയ' ജീവിതത്തിൽ വിവർണ്ണമായി പൊഴിഞ്ഞു പോകുന്നതാണ്. " അതായത് ഹിന്ദു സംസ്കാരത്തെ മാത്രമാണ് ഗോൾവാൾക്കർ സംസ്കാരമായി കാണുന്നത്. മുസ്ലീങ്ങളും ക്രിസ്ത്യാനികളും നാസ്തികരും ഈ സാംസ്കാരിക ദേശീയതയ്ക്കു പുറത്താണ്.

സംസ്കാരവും മതവും ചരിത്രവും പാരമ്പര്യവുമൊക്കെ തലമുറ തലമുറയായി കൈമാറ്റം ചെയ്യപ്പെടുന്നത് ഭാഷയിലൂടെയാണ്, ഭാഷയില്ലാതെ ഇതിനൊന്നിനും നിലനില്പില്ല. വേദകാലം മുതൽ ഉപയോഗിച്ചുവരുന്ന പദമാണ് രാഷ്ട്രമെന്നും അതിനാൽ അന്നുമുതൽതന്നെ ഹിന്ദുക്കൾക്ക് ദേശീയബോധമുണ്ടായിരുന്നു എന്നുമാണ് ആർ എസ് എസ് വാദിക്കുന്നത്. വേദങ്ങളും പുരാണങ്ങളുമൊക്കെ രചിക്കപ്പെട്ടത് സംസ്കൃതത്തിലാണ്. സംസ്കൃതം മനുഷ്യഭാഷയല്ല, ദേവഭാഷയാണ് എന്നാണ് അഭിപ്രായപ്പെടുന്നത്. എന്നാൽ അത് ഉപയോഗിക്കാൻ അർഹത നേടിയ ചിലർ മനുഷ്യരിലുണ്ട്. അവരാണ് ഭൂസുരന്മാർ അല്ലെങ്കിൽ ബ്രാഹ്മണർ. അവർക്ക് മാത്രമാണ് ഈ സംസ്കാരത്തിന്റെ കുത്തകാവകാശം. അതായത് അതൊരു വരേണ്യ സംസ്കാരമാണ്. അതിൽ ഭൂരിപക്ഷം വരുന്ന ജനങ്ങൾക്ക് യാതൊരു പങ്കാളിത്തവുമില്ല.

ഈ സംസ്കാരം പിന്നീടു കുറച്ചെങ്കിലും ജനകീയമാവുന്നത് ഭക്തി പ്രസ്ഥാനത്തിന്റെ വരവോടെയാണ്. അതാവട്ടെ ബ്രാഹ്മണ മേധാവിത്തത്തിനെതിരായ പോരാട്ടത്തിന്റെ ഭാഗവുമായിരുന്നു. എന്നിട്ടും അഭ്യസ്തവിദ്യരായ ഒരു പിടിയാളുകൾക്ക് മാത്രമാണ് ഈ ബ്രാഹ്മണ സംസ്കാരവുമായി ബന്ധപ്പെടാനായത്. ജനങ്ങളിൽ ഭൂരിഭാഗവും അപ്പോഴും ഈ സംസ്കാരത്തിന് പുറത്തായിരുന്നു. ആർക്കാണ് സംസ്കാരമുള്ളത്; ആർക്കാണ് സംസ്കാരമില്ലാത്തത് എന്ന് അദ്വൈത വേദാന്തിയായ ശങ്കരാചാര്യർ തന്നെ പറഞ്ഞുവെച്ചിട്ടുണ്ട്. ബ്രഹ്മസൂത്രത്തിലെ 'അപശൂദ്രാധികരണ'മെന്ന ഭാഗം(34 മുതൽ 38 വരെയുള്ള സൂത്രങ്ങൾ) വ്യാഖ്യാനിച്ചുകൊണ്ട് ശങ്കരാചാര്യർ പറയുന്നു:

''ശൂദ്രന് വേദാദ്ധ്യായിയല്ലാത്തതുകൊണ്ട് വിദ്യകൾക്കധികാരമില്ല. വേദാദ്ധ്യയനം കഴിച്ച് വേദാർത്ഥം ഗ്രഹിച്ചവനെയാണ് വൈദികവിഷയങ്ങളിൽ അധികാരമുള്ളവനായി കണക്കാക്കുന്നത്. വേദാദ്ധ്യയനത്തിന് മുമ്പ് ഉപനയനം (പൂണൂലിടൽ കർമ്മം) കഴിക്കേണ്ടതുകൊണ്ട് ശൂദ്രന് വേദാദ്ധ്യയനമില്ല. ഉപനയനം ത്രൈവർണ്ണിക വിഷയമാണ്....... ശൂദ്രന് സംസ്കാരമില്ല; ശുദ്രൻ നാലാമത്തെ വർണ്ണമാണ്.''

ഇതിൽ നിന്ന് ഒരുകാര്യം വ്യക്തമാവുന്നു. ഗോൾവാൾക്കറുടെ സാംസ്കാരിക ദേശീയത ബാധകമായിരിക്കുന്നത് ത്രൈവർണ്ണികർക്ക്, അതായത് ബ്രാഹ്മണനും ക്ഷത്രിയനും വൈശ്യനും മാത്രമാണ്, ശൂദ്രനോ ബഹുഭൂരിപക്ഷം വരുന്ന അവർണ്ണനോ അതിൽ യാതൊരു ബന്ധവുമില്ല.

വേദങ്ങളും പുരാണങ്ങളും വ്യാപരിപ്പിച്ച ആത്മീയത മാത്രമായി

രുന്നോ ഇന്ത്യൻ സംസ്കാരം? അല്ല. ഇന്ത്യയിൽ വേദകാലം മുതൽ തന്നെ ശക്തമായ ഒരു ഭൗതികവാദ ചിന്താധാര നിലനിന്നിരുന്നു. പുരാതന കാലത്തെ ഇന്ത്യൻ ദർശനങ്ങളെ ആത്മീയവാദികളായ ശുഷ്ക പണ്ഡിതന്മാർ ആസ്തിക ദർശനങ്ങളെന്നും നാസ്തികദർശനങ്ങളെന്നും രണ്ടായി തരംതിരിച്ചിരുന്നു. വേദങ്ങളെ മൂലപ്രമാണങ്ങളായി അംഗീകരിക്കുന്നവയും അല്ലാത്തവയും എന്ന രീതിയിലാണ് ഈ വിഭജനം നടത്തിയിരുന്നത്. സാംഖ്യം, വൈശേഷികം, യോഗം, ന്യായം, മീമാംസ, വേദാന്തം എന്നീ ഷഢ്ദർശനങ്ങളെ ആസ്തികത്തിലും ബൗദ്ധം, ജൈനം, ചാർവാകം (ലോകായതം) എന്നിവയെ നാസ്തികത്തിലുമാണ് പെടുത്തിയിരുന്നത്. സൂക്ഷ്മമായി പരിശോധിച്ചാൽ ഇവയിൽ വേദാന്തം മാത്രമാണ് പൂർണ്ണമായും ആസ്തികദർശനം എന്നു കാണാവുന്നതാണ്. എ ഡി ഏഴ്, എട്ട്, ഒമ്പത് നൂറ്റാണ്ടുകൾ വരെ ചാർവ്വാക (ലോകായതം) ദർശനത്തിന് ഇന്ത്യയിൽ ശക്തമായ സ്വാധീനമുണ്ടായിരുന്നു. എ ഡി ആറാം നൂറ്റാണ്ടിൽ തെക്കേ ഇന്ത്യയിലെ വിശേഷിച്ചും തമിഴ്നാട്ടിലെ വിദ്യാപീഠങ്ങളിൽ ലോകായതം പാഠ്യവിഷയമായിരുന്നു.

ഫ്രഞ്ച് ദേശീയബോധം

മാർക്സിസ്റ്റ് സിദ്ധാന്തത്തിൽ ഏറെ പ്രാധാന്യമുള്ള ഒരു വിഷയമാണ് ദേശീയത. ദേശീയതകളെയും ദേശീയന്യൂനപക്ഷങ്ങളെയും അടിച്ചമർത്തുന്ന പ്രശ്നം മുതലാളിത്തവ്യവസ്ഥ രൂപപ്പെട്ട കാലം മുതൽ ഇന്നുവരെ നിരന്തരമായി തുടർന്നുവരികയാണ്. ലെനിൻ ആണ് ഈ വിഷയം വിശദമായി കൈകാര്യം ചെയ്തത്. ദേശീയ പ്രശ്നത്തെ ശരിയായി കൈകാര്യം ചെയ്യാൻ കഴിഞ്ഞതുകൊണ്ടാണ് 1917 ൽ സോഷ്യലിസ്റ്റ് വിപ്ലവം വിജയകരമായി പര്യവസാനിപ്പിക്കാനായത്. സമൂഹത്തിൽ അടിച്ചമർത്തപ്പെടുന്നവരെ മുഴുവൻ സ്വന്തം നേതൃത്വത്തിന് കീഴിൽ അണിനിരത്താൻ കഴിഞ്ഞാൽ മാത്രമേ തൊഴിലാളി വർഗ്ഗത്തിന് വിപ്ലവ വിജയം നേടാനാവൂ. സാർ ചക്രവർത്തിയുടെ കീഴിലുള്ള, അടിച്ചമർത്തപ്പെട്ട, വിവിധങ്ങളായ ദേശീയജനവിഭാഗങ്ങളുടെ പ്രശ്നങ്ങൾ സൂക്ഷ്മമായി വിശകലനം ചെയ്യാനും അതിന്റെ അടിസ്ഥാനത്തിൽ കമ്യൂണിസ്റ്റ് പാർട്ടിയുടെ അടവുകൾ രൂപപ്പെടുത്താനും കഴിഞ്ഞതിനാലാണ് സോവിയറ്റ് വിപ്ലവം വിജയശ്രീലാളിതമായത്.

ദേശീയതയും ദേശരാഷ്ട്രങ്ങളും രൂപപ്പെട്ടതെങ്ങനെ? സാധാരണ ജനം ഇന്ന് കരുതുന്നത് ദേശരാഷ്ട്രം എന്നത് സ്വാഭാവികമായി വളർന്നു വന്ന ഒന്നാണെന്നാണ്. അതുകൊണ്ടുതന്നെ അത് പൗരാണികമായി നില നിന്നുവരുന്ന ഒന്നാണെന്നും അവർ കരുതുന്നു. എന്നാൽ ഇന്ന് കാണുന്ന നിലയിലുള്ള ആധുനിക ദേശരാഷ്ട്രങ്ങൾക്ക് രണ്ടു നൂറ്റാണ്ടിന്റെ പഴക്കമേയുള്ളു. അതിന് മുമ്പെ ഇന്നത്തെ ദേശരാഷ്ട്ര സങ്കല്പനത്തിനോടടുത്തു നില്ക്കുന്ന ഒരു രാഷ്ട്രം ഉണ്ടായിരുന്നത് ഹോളണ്ടാണ്. 14-ാംനൂറ്റാണ്ടു മുതൽ തന്നെ മുതലാളിത്തം വികസിക്കാനാരംഭിച്ച ഒരു ദ്വീപരാഷ്ട്രമായിരുന്നു ഹോളണ്ട്. അവിടെ നടന്ന ബൂർഷ്വാ വിപ്ലവം സ്പെയിനിനും ഇംഗ്ലണ്ടിനും എതിരായ ഒരു ദേശീയ വിമോചന പോരാ

ട്ടത്തിന്റെ രൂപം കൈവരിച്ചിരുന്നു. എന്നാൽ ഹോളണ്ട് ഒരു പ്രജാധിപത്യരാഷ്ട്രമായി രൂപം പ്രാപിച്ചില്ല. അതുകൊണ്ടുതന്നെ അതിനെ ഒരു ആധുനിക ദേശരാഷ്ട്രമായി കരുതാനുമാവില്ല. ഹോളണ്ടിനുമുമ്പ് ദേശരാഷ്ട്രങ്ങൾ ഒന്നും തന്നെ ഉണ്ടായിരുന്നില്ല. ഗോത്രങ്ങളും നഗരരാഷ്ട്രങ്ങളും സാമ്രാജ്യത്വങ്ങളും മാത്രമാണ് അതിന് മുമ്പ് ഉണ്ടായിരുന്നത്. അവയെ ദേശരാഷ്ട്രങ്ങൾ എന്ന് പേരിട്ട് വിളിക്കാനാവില്ല. ദേശരാഷ്ട്രം എന്നത് ചരിത്രപരമായി രൂപംകൊണ്ട ഒരു അസ്തിത്വമാണ്. അതിന് പൗരാണികമായി യാതൊരു നിലനില്പുമില്ല.

വാസ്തവത്തിൽ ദേശരാഷ്ട്രം എന്നത് മുതലാളിത്തവ്യവസ്ഥയുടെ ഒരു ഉല്പന്നമാണ്. ദേശീയമായ ഒരു വിപണിയുടെ ആവശ്യകതയാണ് മുതലാളിത്തത്തെക്കൊണ്ട് ദേശരാഷ്ട്രം സൃഷ്ടിപ്പിച്ചത്. പ്രാദേശിക നികുതികൾ, റോഡുകളുടെ ചുങ്കം പിരിവ്, വ്യത്യസ്തമായ പണവ്യവസ്ഥകൾ, വ്യത്യസ്തമായ അളവുതൂക്ക സംവിധാനങ്ങൾ ഒക്കെ തകർക്കേണ്ടത് മുതലാളിത്ത വളർച്ചയ്ക്ക് അത്യന്താപേക്ഷിതമായിരുന്നു. പ്രാദേശികമായ ഇത്തരം വ്യതിരിക്തതകൾ ഇല്ലാതാക്കുക എന്നത് അന്ന് പുരോഗമനപരമായ ഒരു കാൽവെയ്പായിരുന്നു. ഒരു ദേശരാഷ്ട്രത്തിലെ ഉല്പാദനശക്തികളെയാകെ കൂട്ടിയോജിപ്പിക്കുക എന്നത് ബൂർഷ്വാസി നിർവ്വഹിച്ച പുരോഗമനപരവും ചരിത്രപരവുമായ ഒരു കാര്യമായിരുന്നു. മദ്ധ്യകാലഘട്ടത്തിന്റെ അവസാനത്തോടുകൂടി ഈ പ്രവണത ശക്തിപ്പെടാൻ തുടങ്ങിയിരുന്നു. മദ്ധ്യകാലഘട്ടത്തിലെ രാജാക്കന്മാർക്ക് യുദ്ധത്തിനും മറ്റുമായി ധാരാളം പണം ആവശ്യമായിരുന്നു. സമ്പന്നരായ വ്യാപാരികൾക്കും പണമിടപാടുകാർക്കും മുൻപിൽ ഇതിനായി അവർക്ക് മുട്ടുകുത്തേണ്ടതായിവന്നു. വിപണി സമ്പദ്വ്യവസ്ഥ രൂപപ്പെട്ടു കഴിഞ്ഞിരുന്നില്ല. മുതലാളിത്തം ഭ്രൂണാവസ്ഥയിലായിരുന്നു. ചെറുകിട ഉല്പാദനവും അതിനൊത്ത പ്രാദേശിക വിപണിയുമാണ് അന്ന് നിലവിലുണ്ടായിരുന്നത്. ദേശീയ വിപണിയെന്നോ ദേശരാഷ്ട്രമെന്നോ പറയാവുന്ന സ്ഥിതി വന്നു ചേർന്നിരുന്നില്ല. ചില യൂറോപ്യൻ രാഷ്ട്രങ്ങൾ രൂപപ്പെട്ടു കഴിഞ്ഞിരുന്നെങ്കിലും അവയൊക്കെ അവികസിത ഘട്ടങ്ങളിൽ ആയിരുന്നു. ഇംഗ്ലണ്ടുമായി നടന്ന ഒരു നൂറ്റാണ്ടുകാലത്തെ യുദ്ധത്തിന്റെ ഫലമായി ഫ്രാൻസ് രൂപപ്പെടാൻ തുടങ്ങിയിരുന്നു. എന്നാൽ അത് പൂർണ്ണമായും ദേശീയ സ്വഭാവം കൈവരിച്ചുകഴിഞ്ഞിരുന്നില്ല. യുദ്ധത്തിൽ പങ്കെടുത്തിരുന്ന സൈനികരുടെ വിധേയത്വം ഫ്രാൻസിലെ രാജാവിനേക്കാളുപരി പ്രാദേശിക പ്രഭുക്കളോടായിരുന്നു. പൊതുവായ ഒരു ഭാഷയും ഭൂപ്രദേശവും ഇല്ലാത്തതിനാൽ അവർ ബ്രെട്ടൻസ്, ബർഗണ്ടിയൻസ്, ഗാസ്കോഗൻസ് എന്നൊക്കെയാണ് അല്ലാതെ ഫ്രഞ്ചുകാർ എന്നല്ല അറിയപ്പെട്ടിരുന്നത്.

നിരവധി നൂറ്റാണ്ടുകളിലൂടെയാണ് ദേശീയബോധം രൂപപ്പെട്ടുവന്നത്. ഇതാവട്ടെ മുതലാളിത്തം, പണസമ്പദ്വ്യവസ്ഥ, ദേശീയവിപണി എന്നിവയുടെയൊക്കെ വളർച്ചയ്ക്ക് സമാന്തരമായിട്ടുമായിരുന്നു. അങ്ങനെ നോക്കിയാൽ ബൂർഷ്വാജനാധിപത്യ വിപ്ലവത്തോടനുബന്ധിച്ചുതന്നെ

യാണ് ദേശീയബോധവും രൂപം പ്രാപിക്കുന്നത് എന്ന് കാണാനാവും. ദേശരാഷ്ട്രം അതിന്റെ സ്ഥാപന കാലത്ത് തീർത്തും വിപ്ലവകരവും പുരോഗമനപരവുമായ ഒരു വികാസം തന്നെയായിരുന്നു.

ഫ്രഞ്ച് വിപ്ലവത്തോടെയാണ് ഫ്രാൻസ് എന്ന ആധുനിക ദേശ രാഷ്ട്രം രൂപംകൊള്ളുന്നത്. ഫ്രാൻസ് രാജവാഴ്ച അവസാനിപ്പിച്ചു. അതുവരെ രാജാവിന്റെ സ്വകാര്യസ്വത്തായിരുന്ന രാഷ്ട്രം ആ രാജ്യത്തെ പൗരന്മാരുടെ ആകെ സ്വത്തായി മാറി. രാജാവിന്റെ സ്വകാര്യസ്വത്തായ രാഷ്ട്രം എന്ന സങ്കല്പനം ഫ്യൂഡൽ വാഴ്ചയുടെ ഭാഗമായിരുന്നു. അതു മായി ഏറ്റുമുട്ടിയും പരാജയപ്പെടുത്തിയും മാത്രമെ മുതലാളിത്തവ്യവ സ്ഥയ്ക്ക് മുന്നോട്ടുപോകാനാവൂ. ബൂർഷ്വാസി ജനങ്ങളുടെ പ്രതിനിധി യായി സ്വയം അവതരിപ്പിക്കുകയും രാഷ്ട്രത്തെ പിടിച്ചടക്കുകയും ചെയ്തു. ഫ്രഞ്ചുവിപ്ലവത്തിന്റെ ഒന്നാമത്തെ തത്ത്വം തന്നെ പകമൂത്ത കേന്ദ്രീകരണമായിരുന്നു. അതുകൊണ്ടാണ് പഴയ യൂറോപ്പിന്റെ മുഴു വൻ പിന്തുണയുമുണ്ടായിരുന്ന മുൻഭരണകൂടത്തിനെതിരായി നടന്ന ജീവന്മരണ പോരാട്ടത്തിൽ അവർക്ക് വിജയിക്കാനായത്. 'അവിഭാജ്യവും ഏകവുമായ റിപ്പബ്ലിക്' എന്ന ബാനറിന് കീഴിൽ വിപ്ലവം ആദ്യം തന്നെ ഫ്രാൻസിനെ ഏകരാഷ്ട്രമായി ഏകീകരിച്ചു. ബ്രെട്ടൻസ് എന്നും നോർമൻസ് എന്നും പ്രോവൻകൽസ് എന്നും ഉള്ള വ്യത്യസ്തതകളെ അത് ഇല്ലാതാക്കി. അത് ചെയ്തില്ലെങ്കിൽ വിപ്ലവംതന്നെ പരാജയപ്പെടു മായിരുന്നു. വിഭാഗീയതയ്ക്കും ഫ്യൂഡൽ പ്രത്യാക്രമണത്തിനും ഉള്ള മറുപടിയായിരുന്നു ഫ്രഞ്ച് വിപ്ലവം. ബൂർബൺസിനെ അട്ടിമറിച്ചത് യൂറോ പ്പിലാകെ ദേശീയബോധം വളർന്നുവരുന്നതിനിടയാക്കി. ഇംഗ്ലണ്ടിന്റെയും സാറിസ്റ്റ് റഷ്യയുടെയും നേതൃത്വത്തിൽ നടന്ന പ്രതിവിപ്ലവശ്രമത്തെയും ഫ്രഞ്ച് വിപ്ലവകാരികൾ തകർത്തെറിഞ്ഞു. ഫ്രഞ്ച് കോളനികളിൽ അടി മത്തം അവസാനിപ്പിച്ചു. വിപ്ലവാനന്തരം അംഗീകരിക്കപ്പെട്ട മനുഷ്യാവ കാശ പ്രഖ്യാപനം ഫ്യൂഡൽ - രാജവാഴ്ചകളുടെ അടിച്ചമർത്തലിനെ തിരെ ജനങ്ങൾക്കാകെ രക്ഷാകവചമായി മാറി.

ഫ്രഞ്ച് വിപ്ലവമാണ് ഫ്രഞ്ച് ദേശീയബോധം വളർത്തിയെടുത്തത്. രാഷ്ട്രം രാജാവിന്റേതായിരുന്നെങ്കിൽ, റിപ്പബ്ലിക്കായി, പ്രജാധിപത്യ രാഷ്ട്രമായി പ്രഖ്യാപിക്കപ്പെട്ടതോടെ പൗരൻ രാജ്യത്തിന്റെ ഉടമയായി മാറി. സ്വാതന്ത്ര്യം, സമത്വം, സാഹോദര്യം എന്നീ മുദ്രാവാക്യങ്ങൾ ഭര ണഘടനയുടെ ഭാഗമായതോടെ ഭരണഘടനാപരമായി എല്ലാം പൗരരും തുല്യരായിമാറി. ഫ്രഞ്ചുകാരൻ എന്നറിയപ്പെടുന്നത് അവരിൽ അഭിമാനം അങ്കുരിപ്പിച്ചു. അങ്ങനെയാണ് പൗരന് ദേശാഭിമാനബോധം ഉണ്ടായത്. ആശയപരമായി ഇങ്ങനെ ഒരു ബോധം ഉണർത്തേണ്ടത് ബൂർഷ്വാസിക്ക് മുതലാളിത്ത രാഷ്ട്ര നിർമ്മാണത്തിന് അത്യന്താപേക്ഷിതമായിരുന്നു. ഇതാണ് മുതലാളിത്തവ്യവസ്ഥയുടെ ഉപരിഘടനയിലെ ഏറ്റവും നിർണ്ണാ യകമായ ഘടകം. അതുകൊണ്ടാണ് ലെനിൻ, "ലോകത്തെമ്പാടും ഫ്യൂഡലിസത്തിന് മേൽ മുതലാളിത്തം അന്തിമ വിജയം നേടിയ കാല ഘട്ടം ദേശീയപ്രസ്ഥാനങ്ങളുമായി കണ്ണിചേർക്കപ്പെട്ടിരിക്കുന്നു" എന്ന് വ്യക്തമാക്കിയത്.

ദേശീയത

ദേശീയതയെക്കുറിച്ച് പഠിക്കുമ്പോൾ നിർണ്ണായകമായ കാര്യം ദേശീയതയെ എങ്ങനെയാണ് നിർവ്വചിക്കുക എന്നതുതന്നെയാണ്. വിചാരിക്കുന്നതുപോലെ എളുപ്പമുള്ള ഒന്നല്ല അത്. കാലം, സമയം എന്നൊക്കെ പറഞ്ഞാൽ എല്ലാവർക്കും എന്താണ് അതുകൊണ്ട് ഉദ്ദേശിക്കുന്നത് എന്നറിയാം. എന്നാൽ അതൊന്ന് നിർവ്വചിക്കാൻ പറഞ്ഞാൽ ഏറെ ബുദ്ധിമുട്ടും. ഇത് തന്നെയാണ് ദേശത്തിന്റെയും ദേശീയതയുടെയും ഒക്കെ സ്ഥിതി. എല്ലാവരും കരുതുന്നത് ദേശീയത എന്നാൽ എന്തെന്ന് അവർക്കൊക്കെ അറിയാമെന്നാണ്. എന്നാൽ അതൊന്ന് നിർവ്വചിക്കാൻ പറഞ്ഞാലറിയാം അതിന്റെ ബുദ്ധിമുട്ട്. എന്നാൽ സ്റ്റാലിൻ ദേശം എന്തെന്ന് ആകാവുന്നത്ര കൃത്യതയോടെ നിർവ്വചിക്കുന്നുണ്ട്. 'ചരിത്രപരമായി രൂപം കൊണ്ടതും ഭാഷ, ഭൂപ്രദേശം, സാമ്പത്തിക ജീവിതം, പൊതുവായ ഒരു സാമൂഹിക സംസ്കാരത്താൽ മനഃശാസ്ത്രപരമായി ഐക്യം പ്രകടിപ്പിക്കുന്ന ഒന്നാണ് ദേശം' എന്നാണ് സ്റ്റാലിൻ നിർവ്വചിച്ചത്. (*മാർക്സിസവും ദേശീയതകളുടെയും കൊളോണിയലിസത്തിന്റെയും പ്രശ്നവും* - സ്റ്റാലിൻ)

അതനുസരിച്ച് ഒരു ദേശത്തിന് പൊതുവായ ഒരു ഭാഷയും ഭൂപ്രദേശവും പങ്കുവെക്കപ്പെടുന്ന ഒരു ചരിത്രവും സംസ്കാരവും ശക്തമായ സാമ്പത്തിക ബന്ധത്താൽ ഐക്യപ്പെടുത്തപ്പെട്ടതുമായ ഒരു ജനതയും ഉണ്ടായിരിക്കും. പൊതുവായ ഒരു നിർവ്വചനം എന്ന നിലയിൽ ഇത് തീർത്തും ശരിയാണ്. എന്നാൽ പ്രായോഗിക ജീവിതാനുഭവത്തെ മൂർത്തമായ വിശകലനത്തിന് വിധേയമാക്കിയാൽ ഈ നിർവ്വചനവും അപര്യാപ്തമാണെന്ന് ബോദ്ധ്യപ്പെടും. ഉദാഹരണത്തിന് പൊതുവായ ഭാഷ തന്നെ എടുക്കാം. ദേശത്തിന്റെ കാര്യത്തിൽ ഭാഷയുടെ പ്രാധാന്യം വ്യക്തമാണ്. അത് ദേശീയതയുടെ കാര്യത്തിൽ സവിശേഷമായ ഒരു

വ്യത്യസ്തത തന്നെയാണ്. എന്നാൽ ഇതിനും അപവാദമുണ്ട്. ഉദാഹരണത്തിന് സ്വിറ്റ്സർലാന്റ് ഒരു ദേശരാഷ്ട്രമാണ്. ആസ്ട്രിയയുമായി നടന്ന നൂറ്റാണ്ടുകൾ നീണ്ടുനിന്ന ഒരു യുദ്ധത്തിന്റെ ഭാഗമായാണ് അവർക്ക് ഒരു ദേശീയ സ്വത്വം തന്നെ രൂപംകൊണ്ടത്. എന്നാൽ അവർക്ക് ഒരു പൊതുവായ ഭാഷയില്ല. ലെനിൻതന്നെ ഇക്കാര്യം ചൂണ്ടികാണിച്ചിട്ടുണ്ട്. "സ്വിറ്റ്സർലാന്റിൽ മൂന്ന് ദേശ ഭാഷകളുണ്ട്, എന്നാൽ നിയമങ്ങൾ ജനാഭിപ്രായം മനസ്സിലാക്കുന്നതിനുവേണ്ടി വിടുന്നത് അഞ്ചു ഭാഷകളിൽ അച്ചടിച്ചാണ്. അതായത് മൂന്ന് ദേശഭാഷകൾ കൂടാതെ രണ്ടു ഭാഷാഭേദങ്ങൾ അല്ലെങ്കിൽ ഉപഭാഷകൾ കൂടെ അവിടെ നിലവിലുണ്ട്. 1900 ലെ കാനേഷുമാരി കണക്കനുസരിച്ച് സ്വിറ്റ്സർലാന്റിലെ ആകെ ജനസംഖ്യയായ 3,315,443 പേരിൽ 38651 പേർ ഈ ഉപഭാഷ സംസാരിക്കുന്നവരാണ്. അതായത് ഒരു ശതമാനം പേർ. സൈന്യത്തിൽ ഓഫീസർമാർക്കും നോൺ കമ്മീഷൻഡ് ഓഫീസർമാർക്കും അവരുടെ ആളുകളോട് അവരവരുടെ ജന്മദേശത്തെ ഭാഷയിൽ സംസാരിക്കുന്നതിന് സ്വാതന്ത്ര്യം അനുവദിച്ചിട്ടുണ്ട്. ഗ്രോബുൺസനിലെയും വാലിസിലെയും ഭൂപ്രദേശങ്ങളിൽ (ഇവിടെ ആയിരത്തിൽ കുറവാണ് ജനസംഖ്യ) ഈ ഭാഷാഭേദത്തിന് പൂർണ്ണമായ സമത്വമുണ്ട്." (*ലെനിൻ സമാഹൃത കൃതികൾ* - ദേശീയപ്രശ്നത്തെക്കുറിച്ചുള്ള അഭിപ്രായ പ്രകടനങ്ങൾ).

അങ്ങനെ നോക്കുമ്പോൾ ദേശത്തെ സംബന്ധിച്ച് പ്രഥമ പരിഗണന നല്കേണ്ടത് അതിന് ചരിത്രപരമായി രൂപംകൊണ്ട് ഒരു അസ്തിത്വമുണ്ടോ ഇല്ലയോ എന്നതിനാണെന്ന് വരുന്നു. വൈരുദ്ധ്യാത്മകത പ്രകടമാവുക അമൂർത്തമായ വചനങ്ങളിൽ നിന്നല്ല മറിച്ച് ജൈവമായ പ്രക്രിയയെ മൂർത്തമായി വിലയിരുത്തുന്നതിൽ നിന്നാണ്. ജൈവമായ പ്രക്രിയയിലൂടെ വസ്തുതകൾ രൂപപ്പെടുകയും മാറ്റത്തിന് വിധേയമാവുകയും പരിണാമം സംഭവിക്കുകയുമൊക്കെ ചെയ്യും. ദേശമെന്നത് സുസ്ഥിരമായ, മാറ്റത്തിന് വിധേയമല്ലാത്ത ഒന്നല്ല. മുമ്പില്ലാതിരുന്ന ദേശങ്ങളും ദേശീയതകളുമൊക്കെ ഉയർന്നുവരും. ഇതിലൂടെയാണ് ആധുനിക രാഷ്ട്രങ്ങളെല്ലാം തന്നെ രൂപംകൊണ്ടത്. ഫ്രാൻസും ഇറ്റലിയും ജർമ്മനിയും ഇന്ത്യയും പാകിസ്ഥാനും ബംഗ്ലാദേശുമൊക്കെ രൂപംകൊണ്ടത് ഇങ്ങനെയാണ്.

ചരിത്രപരമായി നോക്കിയാൽ യുദ്ധങ്ങൾ, വെട്ടിപ്പിടുത്തങ്ങൾ, വിപ്ലവങ്ങൾ എന്നിവയൊക്കെ പുതിയ ദേശങ്ങളെയും ദേശീയതകളെയും രൂപപ്പെടുത്തിയിട്ടുള്ളതായി കാണാനാവും. ചരിത്രപരമായി നടക്കുന്ന ഇത്തരം പുനർക്രമീകരണങ്ങൾ പഴയബന്ധങ്ങൾ പലതും ഇല്ലാതാക്കുകയും പുതിയ ഒന്നിനെ സൃഷ്ടിക്കുകയും ചെയ്യും. ചിലപ്പോൾ അത് മുമ്പുണ്ടായിരുന്നതിന്റെ നേർവിപരീതദിശയിലുള്ള ഒന്നായിരിക്കും. ഇന്നലെ അടിച്ചമർത്തപ്പെട്ടിരുന്ന ഒരു ദേശീയത നാളെ അടിച്ചമർത്തുന്ന ഒന്നായി മാറിയെന്നിരിക്കും. അമേരിക്ക ഇതിനൊരു ഉദാഹരണമാണ്. ഇന്നലെ അത് ബ്രിട്ടന്റെ ഒരു കോളനിയായിരുന്നെങ്കിൽ ഇന്നത് ബ്രിട്ടൻ

ഉൾപ്പെടെയുള്ള സാമ്രാജ്യത്വത്തിന്റെ നേതൃത്വ ശക്തിയായി മാറിയിരിക്കുന്നു.

എല്ലാ സാമൂഹിക പ്രശ്നങ്ങളെയും പോലെ ദേശീയതയും ആത്യന്തികമായി ഒരു വർഗ്ഗപ്രശ്നം തന്നെയാണ് എന്നായിരുന്നു ലെനിന്റെ നിലപാട്.

> എല്ലാ ദേശീയ സംസ്കാരങ്ങളിലും വികസിതമായ രീതിയിൽ അല്ലെങ്കിൽപോലും ജനാധിപത്യത്തിന്റെയും സോഷ്യലിസത്തിന്റെയും അംശങ്ങൾ അടങ്ങിയിരിക്കും. എല്ലാ ദേശങ്ങളിലും കഷ്ടപ്പെടുന്നവരും ചൂഷണത്തിനിരയാവുന്നവരുമായ ജനങ്ങൾ ഉണ്ടായിരിക്കും. അവരുടെ ജീവിത സാഹചര്യങ്ങൾ സ്വാഭാവികമായും സോഷ്യലിസത്തിന്റെയും ജനാധിപത്യത്തിന്റെയും പ്രത്യയശാസ്ത്രങ്ങൾ ഉയർത്തിക്കൊണ്ടുവരും. എന്നാൽ എല്ലാ സംസ്കാരത്തിലും ഒരു ബൂർഷ്വാ സംസ്കാരവും ഉണ്ടാവും. (മിക്കവാറും സംസ്കാരങ്ങൾക്ക് ബ്ലാക് ഹൺഡ്രഡിന്റെയും പൗരോഹിത്യത്തിന്റെയും സംസ്കാരവും ഉണ്ടാവും) അവ ഘടകങ്ങൾ എന്ന നിലയ്ക്കല്ല മേധാവിത്ത സംസ്കാരം എന്ന നിലയിൽ രൂപം പ്രാപിക്കും. അതിനാൽ 'ദേശീയ സംസ്കാര'മെന്നത് ഭൂവുടമ വർഗ്ഗത്തിന്റെയും പുരോഹിതന്മാരുടെയും ബൂർഷ്വാസിയുടെയും സംസ്കാരവുമായിരിക്കും.

ഓരോ ദേശത്തും മേധാവിത്തം വഹിക്കുന്ന ആശയങ്ങൾ ഭരണവർഗ്ഗത്തിന്റെ ആശയങ്ങൾ ആയിരിക്കും എന്നതാണ് മാർക്സിസത്തിന്റെ അടിസ്ഥാനപരമായ ധാരണ. അതുകൊണ്ടുതന്നെ ദേശീയസംസ്കാരത്തെ സ്വീകരിക്കുക എന്നാൽ എല്ലാ ദേശത്തെയും ബൂർഷ്വാ സാംസ്കാരിക മേധാവിത്തത്തെ അംഗീകരിക്കലാവും ഫലം. ദേശീയ പ്രശ്നം എന്നത് ഒരു വർഗ്ഗ പ്രശ്നമാണ്. അതിനെ അങ്ങനെതന്നെയാണ് കൈകാര്യം ചെയ്യേണ്ടത്.

ദേശീയതയും മതവും

ദേശീയതയ്ക്ക് മതമുണ്ടോ? ഉണ്ടെങ്കിൽ ക്രിസ്തുമത വിശ്വാസികളെല്ലാം ഒരു ദേശീയതയ്ക്കുകീഴിലും ഇസ്ലാം മതവിശ്വാസികളെല്ലാം മറ്റൊരു ദേശീയതയ്ക്കുകീഴിലും വരികയും അവരുടെയൊക്കെ രാഷ്ട്രങ്ങൾ ആ ദേശീയതകളുടെ കീഴിൽ പുനഃസംഘടിപ്പിക്കപ്പെടുകയും ചെയ്യുമായിരുന്നില്ലേ? അങ്ങനെ ചരിത്രത്തിൽ ഇതുവരെ സംഭവിച്ചിട്ടില്ല. എന്നിട്ടും 'ഹിന്ദു ദേശീയത' ഇന്ന് ഇന്ത്യയിൽ ഒരു വിഭാഗം ജനങ്ങളെ സ്വാധീനിക്കുന്ന ഒരു സങ്കല്പനമായി വളർന്നുവരികയാണ്. ഈ സങ്കല്പനം എങ്ങനെയാണ് രൂപപ്പെട്ടത്?

*ഹിന്ദുസ്ഥാൻ റിവ്യൂ*വിൽ 1899 ൽ കോൺഗ്രസ് നേതാവായിരുന്ന ലാലാ ലജ്പത്റായി പ്രസിദ്ധീകരിച്ച ഒരു ലേഖനത്തിൽ ഈ സങ്കല്പനത്തിന്റെ പ്രാഗ് രൂപം നമുക്ക് കണ്ടെത്താനാവും. 'ഹിന്ദുക്കൾ സ്വയമേവ ഒരു രാഷ്ട്രമാണ്, എന്തുകൊണ്ടെന്നാൽ അവർ അവരുടേതായ ഒരു സംസ്കാരത്തെ പ്രതിനിധീകരിക്കുന്നു' എന്നാണ് ലജ്പത്റായി എഴുതിയത്. അക്കാലത്ത് ശക്തമായിരുന്ന ആര്യസമാജ് എന്ന ഹിന്ദു പുനരുജ്ജീവന പ്രസ്ഥാനത്തിന്റെ ആശയങ്ങളിൽ ആകൃഷ്ടനായിരുന്നു ലജ്പത്റായി. 1917 ൽ താനൊരു 'ഹിന്ദു ദേശീയവാദി'യാണെന്ന് ലജ്പത്റായി പരസ്യമായി പ്രഖ്യാപിക്കുന്നുണ്ട്. 1923 ൽ ലജ്പത്റായി മുസ്ലിങ്ങൾക്ക് പഠാൺ പ്രവിശ്യയും പശ്ചിമ പഞ്ചാബും സിന്ധും കിഴക്കൻ ബംഗാളും അനുവദിച്ചുകൊടുക്കണമെന്ന് ആവശ്യപ്പെടുന്നുണ്ട്. ഇന്ത്യയെ മുസ്ലിം ഇന്ത്യയും മുസ്ലിം ഇതര ഇന്ത്യയും ആയി വിഭജിക്കേണ്ടതിന്റെ ആവശ്യകത ആദ്യമായി ചൂണ്ടിക്കാണിച്ചതും അദ്ദേഹമായിരുന്നു.

ഹിന്ദുമഹാസഭയുടെ പ്രസിഡന്റ് എന്ന നിലയിൽ ജിന്നയ്ക്കുമുമ്പു തന്നെ ദ്വിരാഷ്ട്രവാദം സവർക്കർ ഉന്നയിച്ചിരുന്നു. അദ്ദേഹത്തിന്റെ

'ഹിന്ദുത്വ'സിദ്ധാന്തത്തിന്റെ സ്വാഭാവിക തുടർച്ചയായിരുന്നു ഈ ദ്വിരാഷ്ട്രവാദം. 1937 ൽ നടന്ന ഹിന്ദുമഹാസഭയുടെ വാർഷികയോഗത്തിൽ ഒരു മതസൗഹാർദ്ദ രാഷ്ട്രമായി ഇന്ത്യയെ കാണുന്ന രാഷ്ട്രീയക്കാരെ അദ്ദേഹം പരസ്യമായിത്തന്നെ കുറ്റപ്പെടുത്തുകയും

> ഇന്ത്യയെ ഇന്ന് ഒരു ഏകീകൃത രാഷ്ട്രമോ സജാതീയരാഷ്ട്രമോ ആയി കണക്കാക്കാനാവില്ല; മറിച്ച് നേർ വിപരീതമായി അത് മുഖ്യമായും രണ്ട് രാഷ്ട്രങ്ങളാണ് ഒന്ന് ഇന്ത്യയിലെ ഹിന്ദുകളും മറ്റൊന്ന് ഇന്ത്യയിലെ മുസ്ലിങ്ങളും

എന്ന് വ്യക്തമാക്കുകയും ചെയ്തു. 1939 ൽ അദ്ദേഹം

> നാം ഹിന്ദുക്കൾ നമ്മളായിത്തന്നെ ഒരു രാഷ്ട്രമായി നിലകൊള്ളുകയാണ്. ഇന്ത്യയിൽ ജനിച്ചവരൊക്കെ ഇന്ത്യക്കാരാണെന്ന് വാദിക്കുന്ന 'ഭൂപ്രദേശാധിഷ്ഠിതമായ ദേശീയത'യെ അത് വർജ്ജിക്കണം

എന്ന് വ്യക്തമാക്കികൊണ്ട് അദ്ദേഹം പറഞ്ഞത് ഹിന്ദുസംസ്കാരം ഉൾക്കൊള്ളുന്നവരെ മാത്രം ഇന്ത്യക്കാരായി കാണുന്ന സാംസ്കാരിക ദേശീയതയെ ആണ് ഉൾക്കൊള്ളേണ്ടത് എന്നായിരുന്നു.

ഈ സങ്കല്പനത്തെ *നാം അല്ലെങ്കിൽ നമ്മുടെ ദേശീയത നിർവ്വചിക്കപ്പെടുന്നു* എന്ന ലഘുലേഖയിൽ ഗോൾവാൾക്കർ കൂടുതൽ വിശദീകരിക്കുകയും വ്യക്തത വരുത്തുകയും ചെയ്യുന്നുണ്ട്.

> നമ്മുടെ ഇന്നത്തെ സ്ഥിതിഗതികളിൽ 'ദേശരാഷ്ട്രം' സംബന്ധിച്ച ആധുനിക സങ്കല്പനത്തെ പ്രയോഗിച്ചാൽ അതിന്റെ അന്തിമവിധി സംശയരഹിതമായി ഈ രാഷ്ട്രം ഹിന്ദുസ്ഥാൻ, അതിന്റെ ഹിന്ദു വംശവും അവരുടെ ഹിന്ദുമതവും ഹിന്ദുസംസ്കാരവും ഹിന്ദുഭാഷയും (സംസ്കൃതവും അതിന്റെ സ്വാഭാവിക കുടുംബവും സന്തതി പരമ്പരകളും) ആയാൽ ദേശരാഷ്ട്ര സങ്കല്പനത്തെ പൂർത്തീകരിക്കുന്നതായി കാണാനാവും; അങ്ങനെ ഹിന്ദുസ്ഥാൻ നിലനില്ക്കുകയും പുരാതനമായ ഹിന്ദുരാഷ്ട്രം നിലനില്ക്കുകയും ഹിന്ദുരാഷ്ട്രമല്ലാതെ മറ്റൊന്നും നിലനില്ക്കാതിരിക്കുകയും വേണം. ഹിന്ദുവംശത്തിലും മതത്തിലും സംസ്കാരത്തിലും ഭാഷയിലും ഉൾപ്പെടാത്ത എല്ലാംതന്നെ സ്വാഭാവികമായും യഥാർത്ഥ ദേശീയജീവിതത്തിന്റെ അതിർത്തിക്ക് പുറത്തായിരിക്കും.

ഇതാണ് സാംസ്കാരിക ദേശീയത എന്ന ബി ജെ പി/ആർ എസ് എസ് കാഴ്ചപ്പാടിന് അടിസ്ഥാനമായ സങ്കല്പനം.

ദേശീയത രൂപംകൊള്ളുന്നത് സംബന്ധിച്ച് നിരവധി കാഴ്ചപ്പാടുകൾ നിലവിലുണ്ട്.'ദേശീയത'യുടെ ഉത്ഭവത്തെ ലെനിൻ ചരിത്രപരമാ

യാണ് സമീപിക്കുന്നത്. 'രാഷ്ട്രങ്ങളുടെ സ്വയം നിർണ്ണയാവകാശം' എന്ന ലഘുലേഖയിൽ മുതലാളിത്ത വളർച്ചയുമായി ബന്ധപ്പെടുത്തി യാണ് ദേശീയതയെ ലെനിൻ വിശദീകരിക്കുന്നത്.

> ചരക്കുല്പാദനം പരിപൂർണ്ണ വിജയം നേടണമെന്നുണ്ടെങ്കിൽ ബൂർഷ്വാസി ആഭ്യന്തര വിപണി കൈയടക്കുകയും ഒരേ ഭാഷ സംസാരിക്കുന്ന ജനസംഖ്യയോടുകൂടിയ പ്രദേശങ്ങൾ രാഷ്ട്രീ യമായി ഏകീകരിക്കുകയും ആ ഭാഷ വികസിക്കുന്നതിനും സാഹിത്യത്തിൽ അത് വേരോടുന്നുന്നതിനും തടസ്സമായി നില്ക്കുന്ന എല്ലാ പ്രതിബന്ധങ്ങളും തട്ടിനീക്കുകയും ചെയ്തേ തീരു എന്ന വസ്തുതയാണ് ഈ പ്രസ്ഥാനങ്ങളുടെ (ദേശീയ) സാമ്പത്തികാടിത്തറയായി നിലകൊള്ളുന്നത്.

മുതലാളിത്ത വികസനമാണ് ദേശീയബോധത്തിന്റെ സാമ്പത്തികാ ടിത്തറയായി നിലകൊള്ളുന്നത് എന്ന് ചുരുക്കം.

ഇന്ത്യയിൽ മുതലാളിത്തം രൂപംകൊള്ളുന്നതിന് മുമ്പുതന്നെ ദേശീയത രൂപംകൊണ്ടിരുന്നു എന്ന് വരുത്താനാണ് സവർക്കറും പിന്നീട് ഗോൾവാൾക്കറുമൊക്കെ ശ്രമിക്കുന്നത്. അതിനാണ് സാംസ്കാരിക ദേശീയത എന്ന സങ്കല്പനം തന്നെ അവർ അവതരിപ്പിക്കുന്നത്. ഇത് നടക്കുന്നത് ഇന്ത്യ കൊളോണിയൽ ആധിപത്യത്തിന് കീഴിൽ ആയി രുന്നകാലത്താണ്. അന്ന് ആ കാഴ്ചപ്പാടിന് ജനപ്രീതി പിടിച്ചുപറ്റാനോ ആശയരംഗത്ത് ആധിപത്യം നേടിയെടുക്കാനോ കഴിഞ്ഞിരുന്നില്ല. സാമ്രാജ്യത്വ വിരുദ്ധതയുടെ അടിസ്ഥാനത്തിൽ ഇന്ത്യൻ ദേശീയത രൂപം കൊള്ളുകയാണ് ചെയ്തത്.

'ദേശീയത' എക്കാലത്തും പുരോഗമനോന്മുഖമായ ഒരു സങ്കല്പനം ആണെന്ന് പറയാനാവില്ല. ഹിറ്റ്ലറും മുസോളിനിയുമൊക്കെ ദേശീയ തയെ ഏറ്റവുമേറെ പിന്തിരിപ്പനായ ലക്ഷ്യങ്ങൾക്കുവേണ്ടി ഉപയോഗി പ്പെടുത്തിയവരാണ്. എന്നാൽ കോളനി വിരുദ്ധ സമരകാലത്ത് അതൊരു പുരോഗമന ശക്തിതന്നെയായിരുന്നു. എന്നാൽ ഇന്നത്തെ നവഫാസിസ്റ്റ് കാലത്ത് അതങ്ങനെയാണെന്ന് പറയാനാവില്ല. ഇന്നത് അടിച്ചമർത്താനു പയോഗിക്കുന്ന ഉപാധിയും അയുക്തികവും ഒക്കെയായി മാറുന്നുണ്ട്. ചുരുക്കിപ്പറഞ്ഞാൽ ദേശീയതാ സങ്കല്പനം തന്നെ വൈരുദ്ധ്യാത്മക മാണ്. പുരോഗമനാത്മകവും പിന്തിരിപ്പനുമായ അംശങ്ങൾ അതിൽ സഹവർത്തിച്ചുപോകുന്നുണ്ട്. നമുക്ക് കോളനി വിരുദ്ധ ദേശീയതയുടെ കാര്യമെടുക്കാം. അതിന് ചരിത്രപരമായി രണ്ടു കടമകളാണ് നിർവ്വഹി ക്കാനുള്ളത്. ഒന്ന്; രാഷ്ട്രത്തെ കോളനി ഭരണത്തിൽനിന്ന് രക്ഷിക്കുക. രണ്ട്: രാജ്യത്തിനകത്ത് ഭരണവർഗ്ഗ അധീശത്വത്തിന് ഇരയാവുന്നവരെ അതിൽ നിന്ന് രക്ഷിക്കുക. ഇന്ത്യയെ സംബന്ധിച്ചേടത്തോളം ഈ അധീ ശത്വത്തിന് തന്നെ രണ്ട് മുഖങ്ങളുണ്ട്. സാമ്പത്തിക രംഗത്തെ വർഗ്ഗപര മായ ചൂഷണമാണ് അതിന്റെ ഒരു മുഖമെങ്കിൽ ജാതീയമായി നേരിടേ

ണ്ടിവരുന്ന സാമൂഹികമായ അടിച്ചമർത്തലാണ് രണ്ടാമത്തെ മുഖം. അതുകൊണ്ടുതന്നെ ഇന്ത്യയിലെ ബഹുഭൂരിപക്ഷം വരുന്ന കർഷകജനതയെ ഒരു വർഗ്ഗമെന്ന നിലയിൽ വിമോചിപ്പിക്കുന്നതിന് ജാതി വ്യവസ്ഥയെ കൂടെ തകർക്കേണ്ടതുണ്ട്. ഇന്ത്യയിലെ ഭരണാധികാരി വർഗ്ഗം കർഷകരുമായി യോജിച്ചുനിന്ന് അവരെ വിമോചിപ്പിക്കാനല്ല മറിച്ച് ആഭ്യന്തരമായി ഉന്നത-മദ്ധ്യ ജാതികളിൽപ്പെട്ട ഭൂപ്രഭുവർഗ്ഗവുമായി സഖ്യം ചെയ്യാനും ആഗോളതലത്തിൽ സാമ്രാജ്യത്വവുമായി സഹകരിക്കാനുമാണ് തയ്യാറായത്. അതുവഴി ഇന്ന് നവലിബറൽ നയങ്ങളിലൂടെയും ആഗോളവല്ക്കരണത്തിലൂടെയും ഇന്ത്യക്ക് വീണ്ടും സാമ്രാജ്യത്വത്തിന് വഴങ്ങേണ്ടതായി വന്നിരിക്കുന്നു. ഇതാണ് ഇന്ത്യൻ ദേശീയതയുടെ തകർച്ചയിലേക്കും സാംസ്കാരിക ദേശീയതാവാദത്തിന്റെ വളർച്ചയിലേക്കും ഇന്ത്യയെ നയിച്ചത്.

ഏഴുപതിറ്റാണ്ടുകൾക്ക് മുമ്പുവരെ ഒരു കോളനിയായിരുന്ന രാജ്യമാണ് ഇന്ത്യ. രാഷ്ട്രീയമായി നോക്കിയാൽ അറുനൂറിലേറെ നാട്ടുരാജ്യങ്ങൾ ഇന്ത്യയിലുണ്ടായിരുന്നു. ആയിരത്തി അറുനൂറിലേറെ ഭാഷകളും വ്യത്യസ്തങ്ങളായ നിരവധി സംസ്കാരങ്ങളും ഉള്ള ഒരു രാജ്യമായിരുന്നു ഇന്ത്യ. അതുകൊണ്ടുതന്നെ ഇന്ത്യൻ ദേശീയത ഇന്നും അതിന്റെ ഭ്രൂണാവസ്ഥ പിന്നിട്ടിട്ടില്ല. അതുകൊണ്ടുതന്നെ ദേശീയതാസങ്കല്പനം ജനങ്ങളെയാകെ ഉൾക്കൊണ്ട് മുന്നോട്ടുപോകുന്ന ഒന്നാവണമെങ്കിൽ അത് പുരോഗമനപരവും യുക്തിപരവും മതനിരപേക്ഷവും സാമ്രാജ്യത്വവിരുദ്ധവും ആയിരിക്കണം. അതിനെതിരായി ഉയർന്നുവരുന്ന അയുക്തികവും മതാധിഷ്ഠിതവും മുതലാളിത്താധിഷ്ഠിതവും സാമ്രാജ്യത്വാനുകൂലവും ആയ ഹിന്ദുത്വദേശീയതയെ തകർത്തേ പറ്റൂ. മതപരമായി നിർവ്വചിക്കപ്പെടുന്ന സാംസ്കാരിക ദേശീയതയിൽ വർഗ്ഗപരമായ ചൂഷണവും ജാതീയമായ അടിച്ചമർത്തലും മറച്ചുവെക്കപ്പെടുകയും ഹിന്ദുമതത്തിലെ ഉയർന്ന ജാതിക്കാരുടെ സംസ്കാരം രാഷ്ട്രത്തിന്റെയാകെ സംസ്കാരമായി കൊട്ടിഘോഷിക്കപ്പെടുകയും ചെയ്യും. സാമ്രാജ്യത്വ അധിനിവേശത്തെ സാംസ്കാരികമായ കടന്നാക്രമണം മാത്രമായി ചുരുക്കുകയും സാമ്പത്തിക രംഗത്തെ സാമ്രാജ്യത്വ ചൂഷണം തുടരുകയും ശക്തിപ്പെടുകയും ചെയ്യും ഇതാണ് ഇന്ന് ഇന്ത്യയിൽ നടന്നുകൊണ്ടിരിക്കുന്നത്. അത് നടത്തലാണ് സംഘപരിവാർ ലക്ഷ്യം വെക്കുന്നത്.

ഇന്ത്യയുടെ സംസ്കാരം

മേൽപ്പറഞ്ഞ പശ്ചാത്തലത്തിൽ വേണം ഇന്ത്യയുടെ സംസ്കാരം എന്ന വിഷയം സംബന്ധിച്ച ചർച്ചകളെ വിശകലന വിധേയമാക്കേണ്ടത്. ഈ ചർച്ചകളിൽ മുഖ്യമായും മൂന്ന് വ്യത്യസ്ത കാഴ്ചപ്പാടുകൾ പ്രകടമാണ്. വ്യത്യസ്തതകളുണ്ടെങ്കിലും ചിലപ്പോഴൊക്കെ ചില കാര്യങ്ങളിൽ അവ തമ്മിൽ യോജിപ്പുമുണ്ടെന്ന് കാണാവുന്നതാണ്. ഇതിൽ ഏറ്റവും പ്രമുഖമായ ഒരു ധാരയിൽ സംസ്കാരം (Culture) നാഗരികത (civilisation) മാത്രമായി തകർന്നടിയുകയും നാഗരികത തന്നെ മതമായി തെറ്റിദ്ധരിപ്പിക്കപ്പെടുകയും ചെയ്യുന്നു. മതത്തിന്റെ പൈതൃക സ്വത്താണ് സംസ്കാരം എന്ന രീതിയിലാണ് ഇക്കാര്യം അവതരിപ്പിക്കപ്പെടുന്നത്. മതവും സംസ്കാരവും പര്യായപദങ്ങളായിപ്പോലും ഉപയോഗിക്കപ്പെടുന്നു. സംസ്കാരത്തെക്കുറിച്ച് ഈ വിഭാഗം ചർച്ചയാരംഭിക്കുന്നതുതന്നെ വേദങ്ങളും ഇതിഹാസങ്ങളും പുരാണങ്ങളും സ്മൃതികളും വിശ്വാസ സംഹിതകളും അവ പൗരാണിക-മദ്ധ്യകാലഘട്ടങ്ങളിൽനിന്ന് ഇന്ന് ജീവിച്ചിരിക്കുന്ന നമ്മളിലേക്ക് എത്തിച്ചേർന്നതെങ്ങനെയെന്നും അതിന്റെ സ്ഥിതിഗതികളെക്കുറിച്ചും വിവിധ സാമൂഹിക വിഭാഗങ്ങളിലും പ്രദേശങ്ങളിലും അതിനുള്ള സ്വാധീനത്തെക്കുറിച്ചും വിശദീകരിച്ചുകൊണ്ടാണ്. അതിൽ പങ്കാളികളാവുന്നവർ ഉൽക്കണ്ഠപ്പെടുന്നത് ആധുനികതയേക്കാളുപരി പൗരാണികതയെക്കുറിച്ചാണ്. ഇതിന്റെ ഭാഗമായി ഒരു ബദൽ ചരിത്ര നിർമ്മാണവും അപനിർമ്മാണവും ഒക്കെ നടക്കുന്നു. സവർണ്ണ മേധാവിത്തത്തിന്റേതായ വാമൊഴിചരിത്രങ്ങൾ സൃഷ്ടിക്കപ്പെടുകയും വിശ്വാസങ്ങളും അന്ധവിശ്വാസങ്ങളുമൊക്കെ വഴി അതിന് ആധികാരികത നല്കാൻ ശ്രമിക്കുകയും ചെയ്യുന്നു. ഇതിന് ബദലായി ഒരു കീഴാള ചരിത്ര നിർമ്മിതിയും നടക്കുന്നുണ്ട്. ഈ മേലാള-കീഴാള

ചരിത്ര നിർമ്മിതികളും ആശയലോകവും പരസ്പരവിരുദ്ധമെങ്കിലും അവയുടെ ആവാസവ്യവസ്ഥ പൊതുവിൽ നിലകൊള്ളുന്നത് ഒരു പൊതുവായ ആശയലോകത്താണ്; പുനരുദ്ധാരണത്തിലും പുനരുജ്ജീവനത്തിലുമാണ്. എന്താണ് വീണ്ടെടുക്കേണ്ടത്? എന്താണ് പുനരുജ്ജീവിപ്പിക്കേണ്ടത്? എന്നതിൽ മാത്രമാണ് അവ തമ്മിൽ ഭിന്നതയുള്ളത്. താന്ത്രിക വിജ്ഞാനമോ മദ്ധ്യകാല ഭക്തിയോ? ബ്രാഹ്മണ മതസിദ്ധാന്തങ്ങളോ, ബുദ്ധമതസിദ്ധാന്തങ്ങളോ, വാല്മീകിരാമായണമോ തുളസീദാസരാമായണമോ?

സാംസ്കാരിക രംഗം പരിശോധിക്കേണ്ടത് വിശ്വാസവ്യവസ്ഥകളും വിമത വിശ്വാസവ്യവസ്ഥകളും തമ്മിൽ ഏറ്റുമുട്ടലുകൾ നടന്നിരുന്നെങ്കിലും അത് നശിച്ചുപോവാതെ നിലനില്ക്കാനിടയായത് എന്തുകൊണ്ട് എന്നതിന്റെ അടിസ്ഥാനത്തിലാണ്. അതാണ് നാഗരികതയുടെ ആഴം നിശ്ചയിക്കുന്നത്. ഇന്ത്യയുടെ മാത്രമായ ഒരു സംസ്കാരത്തിന് വേണ്ടിയുള്ള അന്വേഷണമാണ് ഈ രംഗത്ത് നടക്കുന്നത്. വൈദേശിക സ്വാധീനത്തിന്റെ ഭാഗമായുണ്ടാകുന്ന പരിവർത്തനങ്ങൾ മലിനപ്പെടുത്തലുകളായി കാണാനുള്ള ശ്രമമാണ് മുഖ്യം. കബീറിന്റെ അദ്വൈത കാഴ്ചപ്പാടും ഭക്തിയുമൊക്കെ പ്രകീർത്തിക്കപ്പെടുമെങ്കിലും അദ്ദേഹത്തിന്റെ വഹ്ദത്തുൽ-വജ്ജദ് അവഗണിക്കപ്പെടുകയോ സൂഫിസത്തിന്റെ ഭാഗം മാത്രമായി ചിത്രീകരിക്കപ്പെടുകയോ ആണ് പതിവ്. ബുദ്ധമതം ബ്രാഹ്മണമേധാവിത്വത്തെയും അതുവഴി ഹിന്ദുമതത്തെ തന്നെയും തള്ളിപ്പറയുന്നതാണ്. എന്നാൽ അത് ഹിന്ദുമതത്തിനകത്തെ ഒരു വിമതകാഴ്ചപ്പാട് മാത്രമായി ഒതുക്കിത്തീർക്കുന്നു.

ചുരുക്കിപ്പറഞ്ഞാൽ സംസ്കാരം, നാഗരികത, മതം എന്നിവ പരസ്പരം വെച്ചുമാറപ്പെടുന്ന ഈ തർക്കത്തിൽ ഗുരുത്വാകർഷണ കേന്ദ്രമായി വരുന്നത് ഹിന്ദുമതം തന്നെയാണ്. ഇന്ത്യയിൽ ക്രിസ്തുമതത്തിന്റെ സ്വാധീനം സ്മൃതികളുടെ കാലഘട്ടം മുതൽ തന്നെയുണ്ട്. ഇസ്ലാമാവട്ടെ മദ്ധ്യകാല ഭക്തി കാലഘട്ടം മുതൽ തന്നെ സജീവമാണ്. എന്നിട്ടും ഇവയുടെ സ്വാധീനത്തെ പാർശ്വവല്കൃതമോ കൂട്ടിച്ചേർക്കപ്പെട്ടതോ ആയാണ് പരിഗണിക്കപ്പെടുന്നത്. പൗരാണികതയുമായി ബന്ധപ്പെടുത്തി സാംസ്കാരികരംഗത്ത് നടക്കുന്ന ഈ ചർച്ച പുനരുജ്ജീവനപരമായ സാംസ്കാരിക ദേശീയതയ്ക്ക് വളർന്നുവരുന്നതിനുള്ള വളക്കൂറുള്ള മണ്ണൊരുക്കുന്നു. *മനുസ്മൃതി*യും മീരാഭായിയും ശങ്കരനും വിവേകാനന്ദനും മാത്രം വാഴ്ത്തപ്പെടുകയും വിഭിന്നമായതൊക്കെ അരികുവല്ക്കരിക്കപ്പെടുകയോ സ്വാംശീകരിക്കപ്പെടുകയോ ചെയ്യുന്നു. ഒഴിവാക്കലിലുപരി സ്വാംശീകരിക്കലാണ് സാംസ്കാരിക ദേശീയത മുഖ്യമായും ചെയ്യുന്നത്. ഈ സ്വാംശീകരണത്തിന്റെ ശക്തി സംസ്കാരത്തെക്കുറിച്ചുള്ള ചർച്ചയിൽ വിലകുറച്ചു കാണാനാവില്ല. കീഴാളപക്ഷത്തുനിന്നുപോലും പൗരാണികതയിൽ അഭിരമിക്കുന്നതിനുള്ള പ്രവണതയാണ് പ്രകടമാവുന്നത്. നാം ഇന്ന് ജീവിക്കുന്നത് ആധുനിക കാലഘട്ടത്തിലാണെന്നും

അതിനെ നേർവിപരീതത്തിലേക്ക് തിരിച്ചുനടത്താനാവില്ലെന്നും ഓർക്കേണ്ടതുണ്ട്. ആധുനികതയ്ക്ക് ആഭ്യന്തരമായിത്തന്നെ അതിനെ ക്രമീകരിക്കാനാവും. അതുകൊണ്ടാണ് ആധുനികത ഭാവിയെ ഇരുകൈയും നീട്ടി സ്വീകരിക്കാനാവും വിധം സ്വയം നവീകരിക്കുന്നത്.

സംസ്കാരത്തെക്കുറിച്ച് ഇന്ത്യയിൽ നടക്കുന്ന ചർച്ചയിൽ ഉയർന്നുവരുന്ന മറ്റൊരു കാഴ്ചപ്പാട് ബ്രിട്ടീഷ് മാതൃകയുമായി ബന്ധപ്പെട്ടതാണ്. സാഹിത്യം, കല എന്നിവയുടെ പാരമ്പര്യവും സൗന്ദര്യശാസ്ത്ര മേഖലകളുമാണ് ഇതിൽ പരാമർശവിഷയമാക്കുന്നത്. യൂറോപ്യൻ സാഹിത്യവിമർശന പാരമ്പര്യമനുസരിച്ച് പൗരോഹിത്യ-ക്ലാസിക്കൽ സാഹിത്യവും അല്ലാത്തതും തമ്മിൽ മേൽകീഴ് ബന്ധമാണുള്ളത്. ഇതിന്റെ അനുരണനം ഇന്ത്യയിലെ സാംസ്കാരിക പഠനത്തിലും കാണാനാവും. 'മഹദ്'പാരമ്പര്യത്തിന്റെ ഐക്യം ഒരു വശത്തും ചെറുവക പാരമ്പര്യങ്ങളുടെ ബഹുസ്വരത മറുവശത്തും എന്ന രീതിയിലാണ് ഈ കാര്യം സാംസ്കാരിക രംഗത്ത് ചർച്ചയാവുന്നത്. വിനോദവ്യവസായ രംഗത്ത് പോലും ഇതിന്റെ സ്വാധീനം കാണാനാവും. അജന്ത, എല്ലോറ, ഖജുരഹോ, ഡൽഹി-ആഗ്ര-ജയ്പൂർ ട്രയാങ്കിൾ എന്നിവയെ മഹനീയ സ്മാരക സഞ്ചയമാക്കിയും ഗ്രാമീണ സംസ്കൃതിയെ മറുവശത്തുമായാണ് ഇന്ന് വിനോദവ്യവസായ രംഗത്ത് വിറ്റഴിക്കുന്നത്. ഇതിലും മതം തന്നെയാണ് നിർണ്ണായക ശക്തിയാവുന്നത്. ഇതിൽ ചർച്ച ചെയ്യപ്പെടുന്ന വിഷയം ക്ലാസിക്കൽ സാംസ്കാരിക വിഭവങ്ങളാണോ ജനങ്ങളുടെ വിശ്വാസങ്ങളാണോ യഥാർത്ഥ ഇന്ത്യയെ പ്രതിനിധീകരിക്കുന്നത് എന്ന വിഷയമാണ്. ഇതിൽ ഇന്ത്യൻ ജീവിതത്തിന്റെ ജനപ്രിയ മുൻഗണനകൾ ക്ലാസിക്കൽ സാംസ്കാരിക അവശിഷ്ടങ്ങളുമായി കണ്ണിചേർക്കപ്പെടുന്നു.

ഇന്ത്യൻ സംസ്കാരത്തെ സംബന്ധിച്ച് ഉള്ള ചർച്ചയിൽ ഉയർന്നുവരുന്ന മൂന്നാമത്തെ കാഴ്ചപ്പാട് തീർത്തും ഔദ്യോഗികമായ ഒന്നാണ്. മേലാള-കീഴാള സംസ്കാരങ്ങൾ 'നാനാത്വത്തിൽ ഏകത്വം' എന്നതിന്റെ അടിസ്ഥാനത്തിൽ സമരസപ്പെടുത്താനാണ് ഇതിൽ ശ്രമിക്കുന്നത്. ഇന്ത്യയിൽ സൂര്യന് കീഴെ വരുന്നതെന്തിനെയും വാഴ്ത്തിപ്പാടുന്നതാണ് ഈ കാഴ്ചപ്പാട്. വേദകാലഘട്ടം മുതൽ പെട്രോകെമിക്കൽ പ്ലാന്റുവരെയും ബ്രാഹ്മണമതം മുതൽ ആധുനികത വരെയും ഉള്ള എല്ലാറ്റിനെയും സമന്വയിപ്പിക്കാനാണ് ഈ ചിന്താഗതി ശ്രമിക്കുന്നത്. വ്യത്യസ്ത മതങ്ങളെല്ലാം സഹോദരതുല്യമായി പ്രവർത്തിക്കുന്നതായാണ് അത് ചിത്രീകരിക്കുന്നത്. തമ്മിൽ ഏറ്റുമുട്ടുന്ന മേൽ-കീഴ് ജാതികളെ ഒറ്റ മാലയിൽ കോർത്ത മുത്തുകളായി അവതരിപ്പിക്കാനും ശ്രമിക്കുന്നു. ഇതിന്റെ സവിശേഷത അതിന്റെ അവ്യക്തതതന്നെയാണ്. ആർക്കും എങ്ങനെയും വ്യാഖ്യാനിക്കാവുന്ന ഒന്നാണത്. വൈവിദ്ധ്യങ്ങൾ ഏറെയുണ്ടെങ്കിലും ഇന്ത്യൻ ജനത ഒറ്റക്കെട്ടായി നല്ലൊരു ഭാവിയിലേക്ക് നയിക്കപ്പെടുന്നു എന്ന നെഹ്റുവിയൻ സങ്കല്പനമാണ് അതിന്റെ അടിത്തറ. ഈ കാഴ്ചപ്പാടിൽ അടങ്ങിയിരിക്കുന്ന സഹിഷ്ണുതയ്ക്ക് ഇന്നത്തെ ഇന്ത്യൻ

യാഥാർത്ഥ്യവുമായി യാതൊരു ബന്ധവുമില്ല. വിരാട് പുരുഷനിൽനിന്ന് ജനിച്ചതിനാൽ നാലുവർണ്ണങ്ങളും ജാതികളുമൊക്കെ ഒന്നാണെന്ന വാദമാണ് നാനാത്വത്തിൽ ഏകത്വം എന്ന സിദ്ധാന്തത്തിലൂടെ സംഘപരിവാർ പ്രചരിപ്പിക്കുന്നത്. സാംസ്കാരിക ദേശീയതയുടെ ഉപകരണമായി ഈ മുദ്രവാക്യവും ഉപയോഗിക്കുവാൻ കഴിയുന്നു.

ഈ വ്യത്യസ്ത ധാരകളെയൊക്കെ പരിശോധിച്ചാൽ സംസ്കാരം എന്നത് ആത്മീയവും നാഗരികവും സൗന്ദര്യശാസ്ത്രപരവും അതിനെല്ലാറ്റിലുമുപരി മതപരവുമായ ഒന്നായാണ് അനുഭവപ്പെടുക. സാംസ്കാരിക പ്രവർത്തനത്തെ ഗൃഹാതുരത്വത്തിന്റെ രാഷ്ട്രീയവും സ്വത്വവാദപരമായ ഒരു സാങ്കല്പിക ലോകവും മോക്ഷപ്രാപ്തിക്കുള്ള ആഖ്യാനവും ഒക്കെയായാണ് ഈ മുഖ്യധാരകൾ ആവിഷ്കരിക്കുന്നത്. അതുകൊണ്ടുതന്നെ നവോത്ഥാനം, പുനരുജ്ജീവനം, തിരിച്ചുപോക്ക് എന്നീ സംജ്ഞകളിൽ ഇവയെ ഒക്കെ ഒതുക്കാനാവും. അതിനാൽ ഇന്ത്യൻ സംസ്കാരത്തെ സാംസ്കാരിക ദേശീയതയുമായി കണ്ണിചേർക്കുക എളുപ്പമാവുന്നു. എന്നാൽ ഇതുമാത്രമാണോ സംസ്കാരം?

സാമ്പത്തികാടിത്തറ

സംസ്കാരവും സാമ്പത്തികാടിത്തറയും തമ്മിലുള്ള ബന്ധമെന്ത്? ഉന്നത സംസ്കാരവും കീഴാള സംസ്കാരവും സ്വാതന്ത്ര്യാനന്തരമുള്ള നമ്മുടെ അർത്ഥശാസ്ത്രവുമായി (political economy) ബന്ധപ്പെട്ടിരിക്കുന്നു. ഇതുതന്നെയാണ് 'പൊതുവായ ജീവിതരീതി' എന്ന നിർവ്വചനമനുസരിച്ച് സംസ്കാരത്തെക്കുറിച്ച് പഠിച്ചാലും മനസ്സിലാക്കാനാവുക. ഇന്ത്യയിലെ ഭരണവർഗ്ഗത്തിന്റെ ജീവിതരീതിയല്ല; സംസ്കാരമല്ല ഭരണീയരുടെ ജീവിതരീതിയും സംസ്കാരവും. അത് പരസ്പരവിരുദ്ധവും ഏറ്റുമുട്ടുന്നതുമാണ്. നിരക്ഷരത, സ്ത്രീകൾക്കെതിരായ അതിക്രമങ്ങൾ, ബാലവേല, ജാതീയമായ അടിച്ചമർത്തലുകൾ ഇവയൊക്കെയാണ് ഇന്ത്യയിൽ ഭൂരിപക്ഷജനതയ്ക്ക് കടന്നുപോകേണ്ട പൊതുവായ ജീവിതരീതിയെങ്കിൽ മറിച്ചാണ് ന്യൂനപക്ഷം വരുന്ന സമ്പന്ന കുലീന വർഗ്ഗങ്ങളുടെ പൊതുവായ ജീവിതരീതി. പരസ്പരം ഏറ്റുമുട്ടുന്ന ഈ മാതൃകകൾ ദേശീയമായ ഒരു സംസ്കാരത്തിലെ ജൈവസാന്നിദ്ധ്യമാണ്; ഇതാവട്ടെ ഇന്ത്യയിൽ വളർന്നു വരുന്ന മുതലാളിത്ത വികസനപ്രക്രിയയുടെ അനന്തരഫലവുമാണ്. ഇത് കാണിക്കുന്നത് ഇന്ത്യയുടെ രാഷ്ട്രീയവും സമ്പദ്‌വ്യവസ്ഥയും ഇന്ത്യയുടെ സംസ്കാരവുമായി ബന്ധപ്പെട്ടിരിക്കുന്നു എന്നുതന്നെയാണ്.

ഇന്ത്യയിലെ കോളനിവിരുദ്ധ പ്രസ്ഥാനം തീർച്ചയായും ഒരു ബഹുജന പ്രസ്ഥാനം തന്നെയായിരുന്നു. എന്നാൽ അത് പൂർണ്ണമായും ബൂർഷ്വാമേധാവിത്തത്തിന് കീഴ്പ്പെട്ട് നയിക്കപ്പെട്ട ഒന്നുമായിരുന്നു. അതുകൊണ്ടുതന്നെ സ്വാതന്ത്ര്യാനന്തരം ബൂർഷ്വാസി സാംസ്കാരിക രംഗത്തെ മേധാവിത്തമുള്ള ഒരു വർഗ്ഗമായി സ്വയം ശാക്തീകരിക്കപ്പെട്ടു. ഒപ്പം അവർ ജനസ്വാധീനമുള്ള ചില വിഭാഗങ്ങൾക്ക് ചില ഇളവുകൾ

അനുവദിച്ചുകൊടുത്തുകൊണ്ട് സഖ്യശക്തികളായി അവരെ നില നിർത്തുകയും ചെയ്തു. തുടർന്ന് കല, സാഹിത്യം, നൃത്തം, സംഗീതം, തുടങ്ങിയവകൾക്ക് അക്കാദമികളും ചരിത്രം, സാമൂഹികശാസ്ത്രം എന്നി വയ്ക്ക് ഗവേഷണ കൗൺസിലുകളും ശാസ്ത്ര-സാങ്കേതിക ഇൻസ്റ്റി റ്റ്യൂട്ടുകളും കേന്ദ്രസർവ്വകലാശാലകളും സർക്കാർ പ്രായോജകരായ ശാസ്ത്ര സ്ഥാപനങ്ങളും മറ്റ് ഉന്നത സാംസ്കാരിക സ്ഥാപനങ്ങളും സ്ഥാപിക്കുകയും സ്വന്തം വർഗ്ഗത്തിൽനിന്നും സഖ്യശക്തികളിൽനിന്നും ഉള്ളവരെ അവിടെ നിയോഗിക്കുകയും ചെയ്തു. ഇതൊക്കെ സ്ഥാപി ക്കപ്പെട്ടത് വൻനഗരങ്ങളിലോ സംസ്ഥാന തലസ്ഥാനങ്ങളിലോ ആയി രുന്നു. എന്നാൽ നിരക്ഷരതാനിർമ്മാർജ്ജനത്തിനായി കാര്യമായി ഒന്നും തന്നെ ചെയ്തില്ല. സാധാരണ ജനതയ്ക്ക് വ്യാപകമായ തോതിൽ വിദ്യാ ഭ്യാസമെത്തിക്കുന്നതിനോ കൃഷിയെ ആധുനികവല്ക്കരിക്കാനോ, കർഷകജനസാമാന്യത്തിന്റെ പിന്നോക്കാവസ്ഥ ഇല്ലാതാക്കാനോ കാര്യ മായ ശ്രമങ്ങളൊന്നും തന്നെ നടന്നില്ല.

സാംസ്കാരിക നിർമ്മാണ പ്രക്രിയയിലാവട്ടെ സ്വതന്ത്ര ഇന്ത്യ ഊന്നൽ നല്കിയത് പ്രാഥമിക-സെക്കന്ററി വിദ്യാഭ്യാസങ്ങൾക്കുപരി ഉന്നത വിദ്യാഭ്യാസത്തിനായിരുന്നു. ശാസ്ത്രജ്ഞരേയും ഗവേഷണപടു ക്കളേയും ലോകോത്തര കലാകാരന്മാരെയും സൃഷ്ടിക്കാനായിരുന്നു ശ്രമം. ആരോഗ്യസമ്പന്നരും സാക്ഷരരുമായ പൗരന്മാരെ സൃഷ്ടിക്കു ന്നതിനായി കാര്യമായ ശ്രമമൊന്നും നടന്നില്ല. സാംസ്കാരിക രംഗത്ത് വളർന്നുവരേണ്ടത് പൗരബോധമുള്ള, മൂല്യബോധമുള്ള ഒരു ജനത യാണ്. വിപുലമായി സാംസ്കാരിക ഉല്പന്നങ്ങളുമായി അഭിഗമ്യത യുള്ള വിദ്യാസമ്പന്നരായ ഒരു ജനതയ്ക്കുമാത്രമേ വൻതോതിൽ ശാസ്ത്രജ്ഞരെയും കലാകാരന്മാരെയും സൃഷ്ടിച്ചെടുക്കാനാവൂ; അല്ലാതെ അവരെ ജൈവപരമായി സൃഷ്ടിക്കാനാവില്ല. എന്നാൽ ഇന്ത്യ യിൽ ബൂർഷ്വാ-ഭൂപ്രഭുവർഗ്ഗങ്ങളിൽനിന്നും മദ്ധ്യ-ജാതി-വർഗ്ഗങ്ങളിൽ നിന്നും ഇവരെ വളർത്തിയെടുക്കാനാണ് ശ്രമം നടന്നത്. ഇതാവട്ടെ സ്വജനപക്ഷപാതത്തിലേക്കും മറ്റൊട്ടനവധി വൃത്തികേടുകളിലേക്കും നയിച്ചു. മൂലധനം പോലെതന്നെ സാംസ്കാരിക മൂലധനവും പുനർവി തരണത്തിന് വിധേയമാക്കപ്പെട്ടില്ല. ഇന്ത്യൻ മുതലാളിത്തവളർച്ചയുടെ സ്വതസിദ്ധമായ സവിശേഷതകളിലൂടെയാണ് ഇത് വളർന്നുവന്നത്. സ്വാഭാവികമായും നഗരകേന്ദ്രിതമായി ഒരു ബുദ്ധിജീവിവർഗ്ഗം വളർന്നു വന്നു. എന്നാൽ ഗ്രാമങ്ങളിൽ ജീവിക്കുന്ന ഭൂരിപക്ഷവും എഴുത്തും വായ നയും അറിയാത്തവരായി തുടരുന്ന സ്ഥിതിയും ഉണ്ടായി.

കഴിഞ്ഞ രണ്ടര ദശകക്കാലത്തിനിടയിൽ ഇന്ത്യയുടെ സാംസ്കാ രിക രംഗത്ത് അടിസ്ഥാനപരമായ ചില മാറ്റങ്ങളാണ് സംഭവിച്ചത്. ദേശീയവിമോചന പോരാട്ടത്തിന്റെയും അതിനെ തുടർന്നുവന്ന മൂന്നു നാലു ദശകങ്ങളുടെയും കാലത്ത് ദേശീയ സാംസ്കാരിക രംഗത്ത് അരി കുവല്ക്കരിക്കപ്പെട്ടിരുന്ന ഹിന്ദുത്വ ശക്തികൾ, ഇന്ന് രാഷ്ട്രീയവും

സാംസ്കാരികവുമായ രംഗങ്ങളിൽ മേധാവിത്തവും അധീശത്തവും നേടിയെടുക്കുന്നതിന് വേണ്ടി മത്സരിക്കുന്ന ഒരു മുഖ്യശക്തിയായി മാറിയിരിക്കുന്നു. രണ്ടാമതായി സാമ്പത്തിക രംഗത്തുണ്ടായ നവലിബറൽവല്ക്കരണത്തിന്റെ ഭാഗമായി ഉപഭോഗത്വര വിശാലമായ ഇന്ത്യൻ സംസ്കാരത്തിന്റെ ഭാഗമായി വളർന്നുവരികയും അത് നഗരങ്ങളിൽനിന്ന് ഗ്രാമങ്ങളുടെ അടിത്തട്ടുവരെ അരിച്ചിറങ്ങുകയും ചെയ്തിരിക്കുന്നു. ഇന്ത്യൻ റിപ്പബ്ലിക്കിന്റെ അടിസ്ഥാന സങ്കല്പനങ്ങൾക്ക് മേൽ ഇവരണ്ടും ചേർന്ന് ഉണ്ടാക്കിയ ദീർഘകാല പ്രത്യാഘാതങ്ങളുടെ സ്വാധീനഫലമായി ദൈനംദിനം സാംസ്കാരിക ജീവിതത്തെ മൃഗീയമാക്കി മാറ്റുകയും സംതൃപ്ത ആർത്തിയും അസംതൃപ്ത ആർത്തിയും ഉള്ള ജനവിഭാഗങ്ങൾ പൈശാചികമാംവിധം മത്സരിക്കുകയും ഏറ്റുമുട്ടുകയും ചെയ്യുന്ന ജനവിഭാഗങ്ങളാക്കി ഇന്ത്യൻ ജനതയെ മാറ്റിത്തീർക്കുകയും ചെയ്തിരിക്കുന്നു. മൂന്നാമതായി, സാമൂഹികനീതി നേടിയെടുക്കുന്നതിനുള്ള ഒരു പദ്ധതിയുടെ അഭാവത്തിൽ സാമൂഹിക നന്മയുടെ അന്തിമ വിധികർത്താവ് വിപണിയായി മാറിത്തീരുകയും തമ്മിൽ തമ്മിൽ മത്സരിക്കുന്ന മതങ്ങളുടെ ചരക്കുവല്ക്കരണം പൂർത്തീകരിക്കുകയും ചെയ്തതോടെ ജാതിവ്യവസ്ഥയുടെ പുതിയ സ്വത്വനിർമ്മിതികൾ പൊട്ടിപ്പുറപ്പെടുകയും അതിന് ബൗദ്ധികരംഗത്ത് ബഹുമാന്യത ലഭിക്കുകയും ചെയ്തിരിക്കുന്നു. ഈ ബുദ്ധിജീവികൾ മതനിരപേക്ഷതയെ ആധുനികതയുടെ പാപമായി കാണുകയും മതത്തിന്റെയും ജാതിയുടെയും ബോധങ്ങൾ അവർ ഉയർത്തിക്കാണിക്കുന്ന മഹദ് പാരമ്പര്യത്തിന്റെ അന്തസ്സത്തയായി കാണുകയും ചെയ്യുന്നവരാണ്. ഉന്നതസംസ്കാരത്തിന്റെ രോഗലക്ഷണമായാണ് ഈ പ്രവണത വളർന്നുവന്നത്. ഇത് സ്വന്തം രാഷ്ട്രീയ നേട്ടത്തിനായി ഉപയോഗിക്കുന്ന ഹിന്ദുത്വശക്തികൾ ഇന്ത്യയുടെ മതനിരപേക്ഷ പൗരബോധത്തിന്റെ ശത്രുവായി ഇന്ന് വളർന്നുവന്നിരിക്കുന്നു. ഇതിന് അടിസ്ഥാനമാവുന്നത് വിപണിയുടെ സംസ്കാരം തന്നെയാണ്. സമ്പത്തിന്റെ കേന്ദ്രീകരണവും ബഹുഭൂരിപക്ഷത്തിന്റെ പാപ്പരീകരണവും നടക്കുന്ന ഒരു ബഹുസാംസ്കാരിക സമൂഹത്തിൽ അനിയന്ത്രിതമായി വളരുന്ന വിപണിക്ക് ആ രാജ്യത്തിന്റെ സംസ്കാരത്തിനെ മൃഗീയമായ ഒന്നാക്കി മാറ്റിത്തീർക്കുവാൻ കഴിയും. സംസ്കാരത്തിന് പൊതുവായ ഒരു ജീവിതരീതിയായോ രാഷ്ട്രീയാധിഷ്ഠിത ജനാധിപത്യമായോ ഐക്യപ്പെട്ടുനില്ക്കുന്ന ഒരു ദേശീയതയായോ നിലനില്ക്കാനാവാതെ വരും. അത് മറച്ചുവെക്കുന്നതിനും സ്വന്തം മുഖം രക്ഷിക്കുന്നതിനുമാണ് സംഘപരിവാർ സാംസ്കാരിക ദേശീയത എന്ന മുഖംമൂടി എടുത്തണിയുന്നത്.

ബദൽ കാഴ്ചപ്പാട്

മുൻ അദ്ധ്യായങ്ങളിൽ ഒന്നിൽ വ്യത്യസ്തങ്ങളായ മൂന്നു കാഴ്ചപ്പാടുകളിലൂടെ സംസ്കാരത്തെ വിശദീകരിക്കുകയുണ്ടായി. അതിൽ മൂന്നാമത്തെ നിലപാട് ആശയപരമായി ഏറെ ദുർബ്ബലമാണ്. ബാക്കി വരുന്ന രണ്ടിൽ ആദ്യത്തേതിന്റെ നിലപാടനുസരിച്ച് സംസ്കാരം എന്നത് ദീർഘമായ ഭൂതകാലത്താൽ സ്വയം സഞ്ചയിക്കപ്പെട്ട ഒന്നാണ്. നാഗരികമായ ആചാര വിചാരങ്ങളായി, ആത്മീയമായ അന്തഃസത്തയായി, പരമ്പരാഗതവും സൗന്ദര്യശാസ്ത്രപരവുമായ മേഖലയായി അത് അങ്ങനെ നിലകൊള്ളുകയാണ്. ഇന്ത്യയിലാവട്ടെ ഇത് മുഖ്യമായും മതവുമായി ബന്ധപ്പെട്ടിരിക്കുന്നു. ഈ കാഴ്ചപ്പാട് സംസ്കാരത്തെ ഒരിക്കലും ഭൗതികജീവിതത്തിന്റെ ഉല്പാദനവും പുനരുല്പാദനവുമായി ബന്ധപ്പെടുത്തുന്നില്ല. എന്നാൽ അത് പിതൃസ്വത്തായി കിട്ടുന്ന ഒരു പ്രത്യയശാസ്ത്രവും ഒപ്പം പരമ്പരാഗതമായ ഏകാധിപത്യവുമാണ്. ഈ വീക്ഷണത്തിന്റെ ഏറ്റവും വൃത്തികെട്ട വശം അതിന് പുനരുജ്ജീവനപരമായ കുരിശുയുദ്ധങ്ങൾക്ക് തിരികൊളുത്താൻ കഴിയും എന്നതാണ്. ഈ കാഴ്ചപ്പാടനുസരിച്ച് സാംസ്കാരിക പ്രവർത്തനം എന്നത് പ്രത്യയശാസ്ത്രപരമായ ഒരു വീണ്ടെടുപ്പ് മാത്രമായി ചുരുങ്ങുന്നു.

ഇതിന്റെ ബദൽ കാഴ്ചപ്പാടാവട്ടെ ഭൗതിക പ്രവർത്തനങ്ങളുടെ ശൃംഖലയായാണ് സംസ്കാരത്തെ കാണുന്നത്. അതിൽ വ്യത്യസ്ത സാമൂഹ്യവിഭാഗങ്ങൾ അവരവരുടെ ആവശ്യങ്ങൾക്കും നിലനില്പിന്റെ ആവശ്യകതയ്ക്കും ഒത്തവിധം അവരവരുടേതായ അർത്ഥതലങ്ങൾ സൃഷ്ടിച്ചെടുക്കുന്നു. ഈ സങ്കല്പന പ്രകാരം സംസ്കാരം എന്നത് ആത്മീയോന്നതിക്കുള്ള ഒരു ആശയം ആയതിനാൽ അത് ലഭ്യമാവുന്നതിനുള്ള സവിശേഷാധികാരം ചിലർക്കുമാത്രം ലഭ്യമാവുകയും ഭൂരിപക്ഷ

ത്തിനും നിഷേധിക്കപ്പെടുകയും ചെയ്യുന്നു എന്ന വസ്തുത അംഗീകരിക്കുന്നു. ഉന്നത സംസ്കാരമെന്നും ജനകീയ സംസ്കാരമെന്നും മഹദ് പാരമ്പര്യമെന്നും അല്ലാത്തതെന്നും ഒക്കെ വേർതിരിക്കപ്പെടുന്നതിൽ മേൽകീഴ് ബന്ധങ്ങളുടേതായ ഒട്ടനവധി അടരുകൾ ഇന്ത്യയുടെ സാംസ്കാരിക രംഗത്തുണ്ട്. അതാവട്ടെ അടിച്ചമർത്തലിനുള്ള ഉപകരണമായി ഉപയോഗിക്കപ്പെടുന്നുമുണ്ട്. ഈ സങ്കല്പന പ്രകാരം ക്ലാസിക്കൽ സംസ്കാരം എന്നത് കാലാകാലമായി സഞ്ചിതമാക്കപ്പെട്ട വിജ്ഞാനം മാത്രമല്ല മറിച്ച് അടിച്ചമർത്തപ്പെട്ടവർ അനുഭവിച്ച വേദന കൂടെയാണ്.

മറുഭാഗത്ത് ഇലക്ട്രോണിക് മാധ്യമങ്ങൾ അടക്കമുള്ള എല്ലാ മാധ്യമങ്ങളും സംസ്കാരത്തിന് പുറത്തുള്ള വിനോദോപാധി മാത്രമല്ല മറിച്ച് സാംസ്കാരികമായി നിയന്ത്രിക്കുന്നതിനുള്ള വളരെ കേന്ദ്രീകൃതമായ ഒരു ഉപാധി കൂടെയാണ്. എണ്ണയിട്ട യന്ത്രംപോലെ പ്രവർത്തിക്കുന്ന സാംസ്കാരിക വ്യവസായം അമൂർത്തമായ ഒരു കൂട്ടം വിശ്വാസങ്ങളായല്ല മറിച്ച് ചിത്രങ്ങളും വിശദീകരണങ്ങളുമായി കാഴ്ചക്കാരുടെ മനസ്സുകളിലേക്ക് ഇറങ്ങിച്ചെല്ലുകയും അവരുടെ അബോധ മനസ്സിനെ സാംസ്കാരിക വ്യവസായത്തിന്റെ ഉന്നതങ്ങളിലിരുന്ന് നയിക്കുന്നവർക്ക് വേണ്ടി അടിമപ്പെടുത്തുകയും ചെയ്യുന്നു.

ഇന്ന് ഇന്ത്യയിൽ ഉയർന്നുവരുന്ന ഹിന്ദുത്വ സാംസ്കാരിക ദേശീയത സംസ്കാരത്തിന്റെ ഈ വ്യത്യസ്തങ്ങളായ രണ്ടു സങ്കല്പനങ്ങളെയും ഒന്നുപോലെ ഉപയോഗപ്പെടുത്തിക്കൊണ്ടിരിക്കുകയാണ്. ഒരു ഭാഗത്ത് വേദപുരാണേതിഹാസങ്ങളിൽ അഭിരമിക്കുമ്പോൾ തന്നെ മാധ്യമങ്ങളെയും വിദ്യാഭ്യാസ ഗവേഷണമേഖലകളെയും അവർ ഫലപ്രദമായി ഉപയോഗിക്കുന്നു. ക്ലാസിക്കൽ സാഹിത്യത്തെ നിരന്തരമായി ആവർത്തിച്ചുകൊണ്ടിരിക്കുന്നതുതന്നെ സുതാര്യമായ ഒരു സാധൂകരണ പ്രക്രിയയാണ്. ഉദാഹരണത്തിന് പുരാണകഥാപാത്രങ്ങളെയും അതിലെ വിശ്വാസപ്രമാണങ്ങളെയും സാംസ്കാരിക വ്യവസായം നിരന്തരമായി ഉപയോഗിക്കുകയും അതിൽ ആധുനികമായ ആടയാഭരണങ്ങൾ സമൃദ്ധമായി ഉപയോഗിക്കുകയും ഒപ്പം അതിനെ യുക്തിചിന്തയ്ക്കതീതമായി അവതരിപ്പിക്കുകയുമാണ് ചെയ്യുന്നത്.

സംസ്കാരത്തെക്കുറിച്ചുള്ള ഈ രണ്ടു സങ്കല്പനങ്ങളും സാംസ്കാരിക ദേശീയതയെക്കുറിച്ചും അതുവഴി ദേശരാഷ്ട്രത്തിന്റെ കടമകളെ കുറിച്ചും വിരുദ്ധങ്ങളായ സങ്കല്പനങ്ങളാണ് നമുക്കുമുമ്പിൽ അവതരിപ്പിക്കുന്നത്. സംസ്കാരത്തെക്കുറിച്ചുള്ള ഭൗതികവാദപരമായ സങ്കല്പനമനുസരിച്ച് അതായത് സമൂഹത്തിലെ വിവിധ തട്ടുകളിൽപ്പെട്ട ജനങ്ങൾക്ക് വ്യത്യസ്തങ്ങളായ ഭൗതിക പ്രയോഗങ്ങൾ ആണ് ഉള്ളതെന്ന കാഴ്ചപ്പാടനുസരിച്ച് ഭൂരിപക്ഷജനതയുടെ സ്വാഭാവിക സംസ്കാരമാണ് ദേശീയസംസ്കാരമായി വരേണ്ടത്. ഈ സങ്കല്പനമനുസരിച്ച് ദേശീയ സംസ്കാരം എന്നത് സാമൂഹികമായ മേൽകീഴ് ബന്ധങ്ങൾക്കും

അവയുടെ വ്യത്യസ്തതയ്ക്കും അപ്പുറം പൂർത്തീകരിക്കപ്പെട്ട ഒരു ഉല്പന്നമായല്ല മറിച്ച് ഭാവിയിൽ പൂർത്തീകരിക്കപ്പെടേണ്ട ഒന്നായാണ് കണക്കാക്കപ്പെടുന്നത്. അതുകൊണ്ടുതന്നെ പുനരുജ്ജീവന സിദ്ധാന്തങ്ങൾക്ക് അതിൽ യാതൊരു സ്ഥാനവുമില്ല. അത് നേടിയെടുക്കേണ്ടത് അസമത്വങ്ങൾ അവസാനിപ്പിക്കുന്ന വിധത്തിൽ അവകാശങ്ങൾ നേടിയെടുക്കുന്ന ഒരു ജനാധിപത്യ പ്രക്രിയയിലൂടെയാണ്. അതുകൊണ്ടുതന്നെ ഈ കാഴ്ചപ്പാടിന് അടിച്ചമർത്തപ്പെട്ടവരെ സംസ്കാര ശൂന്യരായി കാണാനാവില്ല. കാരണം വിവിധ പാരമ്പര്യങ്ങൾക്ക് തുല്യതയിൽ അധിഷ്ഠിതവും വിമോചനപരവും ആയ നല്ലൊരു ഭാവിക്കുവേണ്ടിയുള്ള ശുഭപ്രതീക്ഷ വെച്ചുപുലർത്തേണ്ടതുണ്ടെന്ന് അത് കരുതുന്നു. എന്നാൽ അടിച്ചമർത്തപ്പെട്ടവരുടെ സാംസ്കാരിക പാരമ്പര്യത്തിനകത്ത് മേധാവിത്ത പ്രത്യയശാസ്ത്രത്തിന്റെ ആന്തരവല്ക്കരിക്കപ്പെട്ട രൂപങ്ങൾ കടന്നുകയറിയിട്ടുണ്ടാവാം. മാത്രമല്ല അടിച്ചമർത്തപ്പെട്ടതിന്റെ ഫലമായുണ്ടായ അപഭ്രംശങ്ങളും അതിൽ പ്രകടമാവാം. ഉന്നതവർഗ്ഗത്തിന്റെ മേധാവിത്ത സംസ്കാരത്തെ ഒഴിവു സമയത്തിന്റെ സന്തതി മാത്രമായി കാണാനാവില്ല. കാരണം ഉന്നതവർഗ്ഗത്തിന് വേണ്ടി അദ്ധ്വാനിക്കുന്നവർ നല്കിയതാണ് ഈ ഒഴിവുസമയം. അദ്ധ്വാനിക്കുന്ന വർഗ്ഗത്തിന്റെ വിയർപ്പും ചോരയും ആണ് ഉന്നതകുലജാതരുടെ സാംസ്കാരിക പ്രവർത്തനമായി മാറിയത്. അതുകൊണ്ടുതന്നെ സാംസ്കാരിക ദേശീയത ചെയ്യേണ്ടത് അദ്ധ്വാനിക്കുന്ന വർഗ്ഗത്തിന്റെ മോചനത്തിനായി പ്രവർത്തിക്കുകയാണ്. എങ്കിൽ മാത്രമേ അദ്ധ്വാനിക്കുന്ന ജനതയ്ക്ക് ഭൗതികവിഭവങ്ങളിലും സാംസ്കാരിക വിഭവങ്ങളിലും തുല്യമായ അഭിഗമ്യത ഉറപ്പുവരുത്തുന്ന ഒരു രാജ്യമായി ഇന്ത്യയെ മാറ്റിത്തീർക്കാനാവൂ.

ഇത് വലതുപക്ഷത്തിന്റേതിന് നേർവിപരീതമായ സാംസ്കാരിക ദേശീയതയാണ്. ഇന്ത്യയുടെ ദേശീയത രൂപപ്പെട്ടതിന് പിറകിലെ സാംസ്കാരിക വൈവിദ്ധ്യത്തെ വളർത്തിയെടുക്കാനും നിലനിർത്താനും അതുവഴി ദേശീയ ഐക്യം നിലനിർത്താനും ഈയൊരു കാഴ്ചപ്പാടിനേ കഴിയൂ.

ഇന്ത്യൻ ഭരണഘടന

ദേശീയതയുടെയും ദേശരാഷ്ട്രത്തിന്റെയും രൂപീകരണം സംബന്ധിച്ച് ഒട്ടേറെ സിദ്ധാന്തങ്ങൾ നിലവിലുണ്ട്. അതിൽ സ്റ്റാലിൻ നല്കിയ നിർവ്വചനം ഏറക്കുറെ സമഗ്രമാണ്. എന്നാൽ അതുകൊണ്ടും ഇന്ത്യൻ ദേശീയതയെ പൂർണ്ണമായി വിശകലനം ചെയ്യാനാവില്ല. കാരണം അതൊരു കോളനി വിരുദ്ധ സാമ്രാജ്യത്വവിരുദ്ധ പോരാട്ടത്തിന്റെ സന്തതിയാണ്. നേരത്തെ ചൂണ്ടിക്കാണിച്ചതുപോലെ അത് പൂർത്തീകരിക്കപ്പെട്ട ഒരു ഉല്പന്നമല്ല; എന്നാൽ പൂർണ്ണതയിലേക്ക് നീങ്ങിക്കൊണ്ടിരിക്കുന്ന ഒന്നാണ്.

ഇന്ന് ഇന്ത്യൻ ദേശീയത നിലനില്ക്കുന്നത് അതിന്റെ ഭരണഘടനയുടെ അടിസ്ഥാനത്തിലാണ്; ആ ഭരണഘടന രൂപപ്പെട്ടതാവട്ടെ ഇന്ത്യൻ സ്വാതന്ത്ര്യസമരത്തിന്റെ ഉല്പന്നം എന്ന നിലയിലാണ്. ഇന്ത്യൻ പൗരത്വമാണ് ഇന്ത്യൻ ദേശരാഷ്ട്രത്തെ സൃഷ്ടിച്ചത്. ഇന്ത്യൻ ഭരണഘടനയുടെ ആമുഖം ഇന്ത്യൻ ദേശീയതയുടെ വിളംബരമാണ്.

> ഇന്ത്യയിലെ ജനങ്ങളായ നാം ഇന്ത്യയെ ഒരു പരമാധികാര ജനാധിപത്യ റിപ്പബ്ലിക് (പ്രജാധിപത്യ രാഷ്ട്രം) ആയി സംവിധാനം ചെയ്യുവാനും അതിലെ പൗരന്മാർക്കെല്ലാം സാമൂഹ്യവും സാമ്പത്തികവും രാഷ്ട്രീയവും ആയ നീതിക്കും ചിന്തയ്ക്കും ആശയപ്രകടനത്തിനും വിശ്വാസത്തിനും മതനിഷ്ഠയ്ക്കും ആരാധനയ്ക്കും ഉള്ള സ്വാതന്ത്ര്യവും പദവിയിലും അവസരത്തിലും സമത്വവും സംപ്രാപ്തമാക്കുവാനും അവർക്കെല്ലാമിടയിൽ വ്യക്തിയുടെ അന്തസ്സും രാഷ്ട്രത്തിന്റെ ഐക്യവും ഉറപ്പുവരുത്തിക്കൊണ്ട് സഹോദര്യം പുലർത്തുവാനും സഗൗരവം തീരുമാനിച്ചിരിക്കയാൽ നമ്മുടെ ഭരണഘടനാ നിർമ്മാണ സഭയിൽ ഈ 1949 നവംബർ

> 26-ാം ദിവസം ഇതിനാൽ ഈ ഭരണഘടനയെ സ്വീകരിക്കുകയും നിയമമാക്കുകയും നമുക്കുതന്നെ പ്രദാനം ചെയ്യുകയും ചെയ്യുന്നു.

പിന്നീട് പരമാധികാര ജനാധിപത്യ റിപ്പബ്ലിക് എന്നതിന്റെ കൂടെ 'സ്ഥിതി സമത്വ മതേതര' എന്ന് കൂട്ടിച്ചേർത്തു. രാഷ്ട്രത്തിന്റെ ഐക്യവും എന്നീവാക്കുകൾക്ക് ശേഷം 'അഖണ്ഡതയും' എന്നും കൂട്ടി ച്ചേർത്തു.

ഇന്ന് കാണുന്ന ഇന്ത്യയെ ഒരു പരമാധികാര ജനാധിപത്യ റിപ്പ ബ്ലിക് ആക്കാൻ തീരുമാനിച്ചത് ഇന്ത്യയിലെ പൗരന്മാർ ആകെയാണ്; ഹിന്ദുവോ മുസൽമാനോ ക്രിസ്ത്യാനിയോ അല്ല. ആരാണ് ഇന്ത്യൻ പൗരൻ എന്ന് ഭരണഘടനയുടെ പ്രാരംഭത്തിലുള്ള പൗരത്വം എന്ന ഖണ്ഡികയിൽ പൗരത്വം എന്താണ് എന്ന് നിർവ്വചിച്ചിരിക്കുന്നു.

> ഈ ഭരണഘടനയുടെ പ്രാരംഭത്തിൽ ഇന്ത്യയുടെ ഭൂപ്രദേശത്ത് സ്ഥിരവാസമുള്ള ഏതൊരാളും, (I) ആ ആൾ ഇന്ത്യയുടെ ഭൂപ്ര ദേശത്ത് ജനിച്ചിരിക്കുകയോ അല്ലെങ്കിൽ അയാളുടെ മാതാപിതാ ക്കളിൽ ഒരാളെങ്കിലും ഇന്ത്യയുടെ ഭൂപ്രദേശത്ത് ജനിച്ചിരിക്കു കയോ അല്ലെങ്കിൽ ആ ആൾ അങ്ങനെയുള്ള പ്രാരംഭത്തിന് തൊട്ടുമുമ്പ് അഞ്ചു വർഷത്തിൽ കുറയാതെ ഇന്ത്യയുടെ ഭൂപ്ര ദേശത്ത് സാധാരണയായി താമസിക്കുന്നയാൾ ആയിരിക്കുകയോ ചെയ്തിട്ടുണ്ടെങ്കിൽ ഇന്ത്യയിൽ ഒരു പൗരൻ ആയിരിക്കുന്നതാണ്.

പൗരത്വത്തിന് ജാതിയോ മതമോ ദൈവവിശ്വാസമോ സംസ്കാ രമോ ഭാഷയോ ഒന്നും തന്നെ അതിർവരമ്പുകൾ തീർക്കാൻ ഇന്ത്യൻ ഭരണഘടന തയ്യാറാവുന്നില്ല. ഇന്ത്യയിൽ ജനിച്ചു എന്നത് തന്നെയാണ് പൗരത്വത്തിന് അർഹത നല്കുന്നത്. ബ്രിട്ടീഷ് ഭരണത്തിൻകീഴിലെ അടി മത്തത്തിനും മതപരവും നാടുവാഴിത്തപരവും ആയ അധികാരങ്ങൾക്കും എതിരായി ഇന്ത്യൻ ജനത നടത്തിയ പോരാട്ടത്തെയാണ് ഇന്ത്യയുടെ ഭൂപ്രദേശത്ത് ജനിച്ചവർക്കാകെ പൗരത്വം നല്കിക്കൊണ്ട് ഇന്ത്യൻ ഭര ണഘടന അംഗീകരിക്കുന്നത്.

അതുപോലെ ഇന്ത്യ ഒരു പരമാധികാര ജനാധിപത്യ റിപ്പബ്ലിക് ആണ്. റിപ്പബ്ലിക് പൗരന്മാർക്ക് ആധിപത്യം നല്കുന്ന അവർക്ക് പരമാ ധികാരം നല്കുന്ന ഒന്നാണ്. അതുകൊണ്ടാണ് ഇന്ത്യൻ ഭരണഘടന 'ഇന്ത്യയിലെ ജനങ്ങളായ നാം' അംഗീകരിച്ച് ഇന്ത്യയിലെ ജനങ്ങൾ ക്കായി നല്കിയത്. അതോടെയാണ് ഇന്ത്യ എന്ന ദേശരാഷ്ട്രം സ്ഥാപി തമായത്. പൗരത്വം സംബന്ധിച്ച വിഖ്യാതമായ രേഖ ഫ്രഞ്ചുകാർ അംഗീ കരിച്ച 'മനുഷ്യനെയും പൗരന്മാരെയും സംബന്ധിച്ച പ്രഖ്യാപനം' തന്നെ യാണ്. അതിലെ പൗരൻ വംശത്തിനും മതത്തിനും മറ്റെല്ലാവിധത്തിലു മുള്ള പാരമ്പര്യ മഹിമകൾക്കും അതീതനായിരുന്നു. ദേശരാഷ്ട്രത്തിന്റെ ആധിപത്യം അംഗീകരിക്കാൻ തയ്യാറുള്ള ഏതൊരു ദേശവാസിക്കും

പൗരത്വം അനുവദിക്കുന്നതാണ് ഇന്ത്യൻ ഭരണഘടന. അതുകൊണ്ടു തന്നെ ആ പൗരന്മാർ സൃഷ്ടിച്ച ഇന്ത്യ എന്ന ദേശരാഷ്ട്രം പൗരന്മാർക്ക് അനുവദിക്കുന്ന അവകാശങ്ങളും അവർ ദേശരാഷ്ട്രത്തിന് നല്കേണ്ട കടമകളും എല്ലാവർക്കും തുല്യമായും സാർവ്വത്രികമായും ബാധകമാണ്. ദേശരാഷ്ട്രം രൂപപ്പെട്ടതിലൂടെ ബ്രിട്ടീഷ് ഇന്ത്യയിൽ അടിമകളായിരുന്നവർ പൗരന്മാരായി വളരുകയാണുണ്ടായത്. അവർക്ക് രാഷ്ട്രീയമായി പ്രവർത്തിക്കുവാനും അതുവഴി ഭരണനിർവ്വഹണം നടത്താനും നിയമങ്ങൾ നിർമ്മിക്കാനും ഒക്കെയുള്ള പരമാധികാരമുണ്ട്. ഈ പൗരന്മാരുടെ പുനർജ്ജന്മം തന്നെയാണ് ഇന്ത്യ. ഈ പൗരത്വത്തിന് ക്രിയാത്മകമായി സാമൂഹ്യമാറ്റം വരുത്താൻ, അത് വിപ്ലവത്തിലൂടെയായാലും പരിവർത്തനത്തിലൂടെയായാലും അധികാരമുണ്ട്. ഇത് ഭരണകൂടത്തെക്കുറിച്ചുള്ള ഒരു ജ്ഞാനോദയ സങ്കല്പനമാണ്. ഇതിൽ ഒരിടത്തും ദേശരാഷ്ട്രം ആചാര വിചാരങ്ങളുടെയോ, ആത്മാവിന്റെയോ സംസ്കാരത്തിന്റെയോ മതപരമായ സ്വത്വബോധത്തിന്റെയോ, പാരമ്പര്യാർജ്ജിത മൂല്യങ്ങളുടെയോ പ്രകടനം ആയി വിവരിക്കപ്പെട്ടിട്ടില്ല. ദേശരാഷ്ട്രം എന്നത് ഒരിക്കലും മതാധിഷ്ഠിതമായി വളർന്നുവന്ന ഒന്നല്ല. ഒരു നവസമൂഹത്തെ സൃഷ്ടിക്കുന്നതിനുള്ള യുക്തിപരമായ ഒരു ഭൗതിക പദ്ധതിയാണ് ദേശരാഷ്ട്രം എന്നതുകൊണ്ട് ലക്ഷ്യം വെക്കുന്നത്.

അതിന് ഇന്നുള്ള പാരമ്പര്യത്തെ മുഴുവൻ തകർക്കേണ്ടതുണ്ടെങ്കിൽ തകർക്കുകതന്നെ വേണം. ആധുനിക രാഷ്ട്രത്തിലെ മനുഷ്യാവകാശങ്ങളെ പൗരാണിക സമൂഹത്തിന്റെ മനുഷ്യ പ്രകൃതിയിലേക്കോ മതാചാരങ്ങളിലേക്കോ തിരിച്ചുനടത്തിക്കാനാവില്ല. ഇന്നത്തെ രാഷ്ട്രീയാവകാശ തുല്യത നിലകൊള്ളുന്നത്, അതിന് അടിസ്ഥാനമായിരിക്കേണ്ടത്, ഇന്നത്തെ വിമോചന ചിന്താഗതികളും തുല്യതാവബോധവും ആയിരിക്കണം. ഇവ രണ്ടും പാരമ്പര്യേതരവും മേൽകീഴ്ബന്ധങ്ങൾക്കും അടിച്ചമർത്തലുകൾക്കും എതിരുമാണ്. അതുകൊണ്ടുതന്നെ മനുഷ്യാവകാശ സംരക്ഷണത്തിന് ആവശ്യം പുതിയ സങ്കല്പനങ്ങൾ ആണ്. ദേശ നിർമ്മിതിയിൽ പങ്കാളികളാവുന്ന ജനങ്ങൾക്കാകെ തുല്യമായ അവസരങ്ങൾ സ്ഥിതിസമത്വാടിസ്ഥാനത്തിൽ നല്കേണ്ടതുണ്ട്. പാരമ്പര്യമോ സംസ്കാരമോ അതിന് എതിരുനില്ക്കുന്നുവെങ്കിൽ അതിനെ മാറ്റിയേ മതിയാവൂ. സംസ്കാരത്തിൽ എന്ത് നിലനിർത്തണം എന്ത് മാറ്റണം എന്ന് തീരുമാനിക്കേണ്ടത് ജനങ്ങൾ ആകെയാണ്. ഓരോ സാമൂഹിക വിഭാഗത്തിലെയും കുലീനവിഭാഗം അത് തീരുമാനിക്കുകയും ദേശരാഷ്ട്രം അത് നടപ്പിലാക്കികൊടുക്കുന്നതിനുള്ള ഒരു ഉപകരണമായി അധഃപതിക്കുകയും ചെയ്യരുത്. പൗരന്മാർക്ക് അവകാശങ്ങളിലും കടമകളിലും തുല്യത നല്കുന്ന ഒന്നാണ് ദേശരാഷ്ട്ര നിർമ്മിതി എന്നതിനാൽ വ്യത്യസ്തങ്ങളായ സാംസ്കാരിക ധാരകളെ പ്രതിനിധീകരിക്കുന്നു എന്ന് അവകാശപ്പെടുന്നവർക്ക് അതുമായി യാതൊരു വൈരുദ്ധ്യവും ഉണ്ടാവേണ്ടതില്ല. സാംസ്കാരിക അടിച്ചമർത്തലുകൾ ആണ് ഒഴിവാ

ക്കപ്പെടേണ്ടത്. സാംസ്കാരികമായ അതിർവരമ്പുകൾ സംരക്ഷിക്കപ്പെടേണ്ടതില്ല. പുതിയതായി വരുന്ന തലമുറകൾ ഓരോന്നും അതാത് കാലത്തെ ആവശ്യകതകൾക്കനുസരിച്ച് തള്ളേണ്ടത് തള്ളുകയും കൊള്ളേണ്ടത് കൊള്ളുകയും ചെയ്തു കൊള്ളട്ടെ. അങ്ങനെ വന്നാൽ സംസ്കാരത്തിന്റെ പാരമ്പര്യമല്ല അതിന്റെ ചലനാത്മകതയാണ് സംരക്ഷിക്കപ്പെടുക.

ആധുനിക ഇന്ത്യ ജന്മം കൊണ്ടതുതന്നെ കോളനി വിരുദ്ധ സമരത്തിലൂടെയാണ്. അതിൽ എല്ലാ സാംസ്കാരിക വിഭാഗങ്ങൾക്കും വംശങ്ങൾക്കും ദേശീയതകൾക്കും ഒക്കെ പ്രാതിനിധ്യം ഉണ്ടായിരുന്നു. എന്നാൽ അതിന്റെ പ്രബുദ്ധത ജനാധിപത്യവല്ക്കരണത്തിലും സ്ഥിതിസമത്വത്തിലുമായിരുന്നു. ഇതിന് രണ്ടിനും എതിരാണ് മേൽകീഴ് ബന്ധങ്ങളിലും അടിച്ചമർത്തലിലും അഭിരമിക്കുന്ന ഇന്ത്യൻ പാരമ്പര്യം. ഇന്ത്യൻ ഭരണഘടന ലക്ഷ്യം വെക്കുന്ന മതനിരപേക്ഷതയ്ക്കും സ്ഥിതിസമത്വത്തിനും വിരുദ്ധമായിവരുന്നതിനെയെല്ലാം ഇല്ലാതാക്കലാണ് ഇന്ത്യൻ ദേശീയതയുടെ അന്തഃസത്തയായി കാണേണ്ടത്.

വൈരുദ്ധ്യാത്മകത

സംസ്കാരം എന്നാൽ എന്ത് എന്നതു സംബന്ധിച്ചുള്ള രണ്ടു നിർവ്വചനങ്ങൾ ഇന്ന് ഇന്ത്യയുടെ രാഷ്ട്രീയ രംഗത്ത് വൈരുദ്ധ്യാത്മകമായാണ് പ്രവർത്തിച്ചുവരുന്നത്. സംസ്കാരമെന്നത് ആദിമമായ ആത്മീയ അന്തഃസത്തയാണെന്ന സങ്കല്പനം പൊതുമണ്ഡലത്തിൽ ചില ഇടപെടലുകൾ നടത്തുകയും ഗൃഹാതുരത്വത്തിന്റേതും ശുദ്ധീകരണത്തിന്റേതുമായ ഒരു രാഷ്ട്രീയത്തെ ഉല്പാദിപ്പിക്കുകയും ചെയ്തിരിക്കുന്നു. തീർച്ചയായും ഇത് പുനരുജ്ജീവനപരമായ കുരിശുയുദ്ധങ്ങളിലേക്ക് നയിക്കുന്നു. പുനരുജ്ജീവന ആശയങ്ങൾ മുന്നോട്ടുവെക്കുന്ന ഏതൊരു രാഷ്ട്രീയവും സാമൂഹികവുമായ പ്രസ്ഥാനവും പാരമ്പര്യത്തെ ഒരു ആധുനിക പ്രതിഭാസമായാണ് ഉപയോഗിച്ചുവരുന്നത്. ഹിന്ദുത്വശക്തികൾ ജനങ്ങളെ അണിനിരത്തുന്നതിനായി നടത്തുന്ന ഏതൊരു പ്രവർത്തനത്തിലും ഇത്തരത്തിലുള്ള ചില പൗരാണികാവശിഷ്ടങ്ങളെ ഫലപ്രദമായി ഉപയോഗിച്ചിട്ടുള്ളതായി കാണാനാവും. ബാബറി മസ്ജിദ് വിഷയം ഇതിന് ഉത്തമ ഉദാഹരണമാണ്.

ക്ലാസിക്കൽ ഭൂതകാല സ്മാരകങ്ങളോ, സൗന്ദര്യശാസ്ത്രപരവും സാഹിത്യപരവും ആയ പാരമ്പര്യങ്ങളോ അല്ല, മറിച്ച് മൂല്യസൃഷ്ടി നടത്തുകയും കൈമാറ്റം ചെയ്യുകയും ചെയ്യുന്ന വ്യക്തികളെയും സമൂഹങ്ങളെയും അവരുടെ സമകാലിക പ്രായോഗിക ജീവിതത്തെയും ആണ് സംസ്കാരം സംബന്ധിച്ച രണ്ടാമത്തെ സങ്കല്പനം ഉൾക്കൊള്ളുന്നത്. അതിൽ ഊന്നൽ നല്കുന്നത് പരിപാലനത്തിനോ, പുനരുജ്ജീവനത്തിനോ, ഭൂതകാലമഹിമകൾക്കോ അല്ല മറിച്ച് ഭാവിജീവിതത്തിനാണ്; മാറ്റത്തിന്റെ ചലനാത്മകതയ്ക്കാണ്. പൗരാണിക ഗ്രന്ഥങ്ങൾക്കല്ല ജീവിതാനുഭവങ്ങൾക്കാണ് അതിൽ പ്രാമുഖ്യം നല്കുന്നത്. ഈ സങ്കല്പന

മനുസരിച്ച് ആത്മീയമായ ഉന്നതി ചിലരുടെ പ്രത്യേകാവകാശവും ഭൂരിപക്ഷ ജനതയ്ക്ക് നിഷേധിക്കപ്പെടുന്നതുമായ ഒന്നാണ്. അതുകൊണ്ടു തന്നെ ഈ ബദൽ കാഴ്ചപ്പാടിലെ സാംസ്കാരിക പ്രവർത്തക/പ്രവർത്തകൻ മഹദ്ഗ്രന്ഥങ്ങളുടെ പരിഭാഷ നടത്താനോ, അതിന് വ്യാഖ്യാനം ചമയ്ക്കാനോ കെല്പുള്ളയാൾ ആയിരിക്കണമെന്നില്ല. ഉന്നത വിദ്യാഭ്യാസം നേടിയ ആളുമായിരിക്കില്ല. സാംസ്കാരിക ഉല്പന്നങ്ങളുടെ വിതരണ രംഗത്തോ സർക്കാരിന്റെ സാംസ്കാരിക നയം രൂപപ്പെടുത്തുന്നതിലോ അയാൾക്ക് പങ്കുണ്ടായിക്കൊള്ളണമെന്നില്ല. ഇലക്ട്രോണിക് മാധ്യമരംഗത്തെ സാംസ്കാരിക ഉല്പാദന പ്രക്രിയയുടെ കേന്ദ്രീകരണത്തെക്കുറിച്ച് അയാൾക്ക് വ്യക്തമായ ധാരണ ഉണ്ടായിരിക്കും എന്നും പറയാനാവില്ല. അവർ മാധ്യമങ്ങളെ അപ്പാടെ തള്ളിക്കളയുകയോ അവയെ ആഘോഷപൂർവ്വം സ്വീകരിക്കുകയോ ചെയ്തെന്നും വരില്ല. ജനാധിപത്യപരമായി നിയന്ത്രിക്കപ്പെടാത്ത ഒരു സംസ്കാരത്തെയും നമുക്ക് ജനകീയ സംസ്കാരമായി വിലയിരുത്താനാവില്ല. സാംസ്കാരിക വ്യവസ്ഥയുടെ കുത്തക ഉടമസ്ഥത, ഉടമയുടെ താല്പര്യാനുസരണം ജനങ്ങളെ സാംസ്കാരികമായി അടിമപ്പെടുത്തുന്നതിനാണ് ശ്രമിക്കുക. ഈ അടിമത്തത്തിൽനിന്ന് ജനങ്ങളെയാകെ മോചിപ്പിക്കുകയും അവർക്കർഹതപ്പെട്ട സാമൂഹികവും സാമൂഹികവുമായ അവകാശങ്ങൾ വിശാലമായ ജനാധിപത്യ മാർഗ്ഗങ്ങളിലൂടെ നേടികൊടുക്കുകയുമാണ് ഈ സാംസ്കാരിക പ്രവർത്തകരുടെ കടമ.

ഈ വിരുദ്ധ സങ്കല്പനങ്ങൾ രണ്ടും ദേശീയതയ്ക്കും ദേശരാഷ്ട്രങ്ങൾക്കും ബാധകമാണ്. ഇന്ത്യയെ സംബന്ധിച്ചിടത്തോളം അടിസ്ഥാനപരമായ വൈരുദ്ധ്യങ്ങളായി വരുന്നത് ദേശീയത സംബന്ധിച്ച സാംസ്കാരിക കാഴ്ചപ്പാടും ഭരണഘടനാപരമായ കാഴ്ചപ്പാടും തന്നെയാണ്. ഇവ തമ്മിൽ സ്വാതന്ത്ര്യസമരകാലത്തുതന്നെ വിപ്ലവകാഴ്ചപ്പാടും പ്രതിവിപ്ലവകാഴ്ചപ്പാടും എന്ന നിലയിൽ ഏറ്റുമുട്ടിയിട്ടുണ്ട്. ഇന്ത്യൻ ഭരണഘടന മുന്നോട്ടുവെക്കുന്നത് പുരോഗമനാത്മകമായ തുല്യത മുന്നോട്ടുവെക്കുന്ന ഒരു കാഴ്ചപ്പാടാണ്. എന്നാൽ ഇന്ത്യൻ സമൂഹം നിലകൊള്ളുന്നത് മുതലാളിത്തപരവും പുരുഷാധിപത്യപരവും ജാത്യാധിഷ്ഠിതവുമായ ഒരു സാമൂഹികവ്യവസ്ഥയിലാണ്. അതിന് ഭരണഘടനയുടെ പുരോഗമനപരമായ കാഴ്ചപ്പാടിനെ ഉൾക്കൊള്ളാനാവില്ല. ഇന്ത്യൻ ദേശീയതയുടെ പ്രായോഗിക രംഗത്തെ ഏറ്റവും വലിയ വൈരുദ്ധ്യവും ഇതുതന്നെയാണ്. ഭരണഘടനാപരമായ ലക്ഷ്യങ്ങളെ ഉൾക്കൊള്ളാൻ സാമൂഹ്യഘടന ഒരുക്കമല്ല. അതിൽനിന്നാണ് ഇന്ത്യയിൽ മതനിരപേക്ഷ ദേശീയതയ്ക്കെതിരായി മതാധിഷ്ഠിത ദേശീയതയ്ക്ക് വളർന്നുവരാൻ ഊർജ്ജം ലഭിച്ചത്.

ദേശീയത സംബന്ധിച്ച മറ്റൊരു വൈരുദ്ധ്യാത്മകത ജർമ്മൻ ആശയവാദത്തിൽ നിന്ന് ഉരുത്തിരിഞ്ഞുവന്നിട്ടുള്ളതാണ്. ഇതനുസരിച്ച് ദേശരാഷ്ട്രം പൊതുവായ പൗരബോധത്തിന്റെ ഉല്പന്നമല്ല മറിച്ച് പൗരാ

ണികമായ സാംസ്കാരികതയുടെ അന്തഃസത്ത തന്നെയാണ്. അതിന് അടിസ്ഥാനം വംശീയവും മതപരവും ഭാഷാപരവും ആത്മീയവുമായ ഏകീഭാവത്തിന്റെ അടിസ്ഥാനത്തിലുള്ള അടുപ്പമാണ്. ഇത് അന്യരെ പുറന്തള്ളുന്നതും ദേശരാഷ്ട്രത്തിന്റെ ശത്രുക്കളായി കാണുന്നതും ആയ തത്ത്വസംഹിതയാണ്. ദേശരാഷ്ട്രം സംബന്ധിച്ച അത്തരമൊരു സങ്കല്പനം, അന്യവിരോധം, യുക്തിരാഹിത്യം, സാംസ്കാരികമായ ഭിന്നത, വംശീയത തുടങ്ങി ഭിന്നിപ്പിന്റേതായ എല്ലാതരം ആശയങ്ങളെയും ഉല്പാദിപ്പിക്കുന്നു. ജർമ്മൻ ആശയവാദത്തിൽനിന്ന് ഉയർന്നുവന്ന ഇത്തരമൊരു ദേശീയവാദ കാഴ്ചപ്പാടിൽ നിന്നാണ് ഇന്ത്യയെ ഒരു ഹിന്ദുരാഷ്ട്രമായി കാണുന്ന വർഗ്ഗീയ സങ്കല്പനവും അഹിന്ദുക്കൾ മുഴുവൻ ഇന്ത്യയുടെ സാംസ്കാരിക അന്തഃസത്തയ്ക്ക് എതിരാണെന്നുള്ള വാദവും ഒക്കെ ഉയർന്നുവരുന്നത്. ജർമ്മനിയിലെ ജൂതമതക്കാർ ഈ സങ്കല്പനത്തിന് ഇരയാക്കപ്പെട്ടവരും ശുദ്ധീകരണത്തിന് വിധേയമായവരുമാണ്. ഇന്ത്യയിൽ അങ്ങനെയൊരു പൂർണ്ണ തോതിലുള്ള വംശഹത്യ നടന്നിട്ടില്ല. എന്നാൽ സാമൂഹ്യമായ അടിച്ചമർത്തൽ നേരിടുന്ന ജാതി വിഭാഗങ്ങൾക്കും അഹിന്ദുകൾക്കുമെതിരായുള്ള അതിക്രമങ്ങൾക്ക് തുടക്കം കുറിക്കപ്പെട്ടിട്ടുണ്ട്. ഈ ഹിന്ദുത്വ ദേശീയത ഇന്ത്യയുടെ ഭരണഘടനയുടെ അടിത്തറതന്നെ തകർക്കുന്നതാണ്. മതിയായ അധികാരം ഹിന്ദുത്വ ശക്തികൾക്ക് ലഭ്യമായാൽ ഇന്ത്യൻ ഭരണഘടന തന്നെ തകർത്തെറിയപ്പെടും.

ദേശീയതകൾ ഉയർന്നുവന്നതോടെ ദേശചരിത്രങ്ങൾ മാത്രമല്ല ഒരു ലോകചരിത്രവും രൂപപ്പെട്ടിട്ടുണ്ട്. ആധുനികതയുടെ ഭാഗമായാണ് ഒരു ലോകചരിത്രം രൂപപ്പെടുന്നത്. അതുകൊണ്ടുതന്നെ ഇന്ന് ഓരോ ദേശീയതയുടെയും ചരിത്രവും ലോകരംഗത്ത് അതിനുള്ള സ്ഥാനവുമൊക്കെ നിശ്ചയിക്കപ്പെടുന്നതിന് സാർവ്വദേശീയമായ ചില മാനദണ്ഡങ്ങൾ രൂപപ്പെട്ടിട്ടുണ്ട്. അതനുസരിച്ചാണ് ഇന്ന് ഇന്ത്യാചരിത്രവും സമകാലിക ഇന്ത്യയുമൊക്കെ വിലയിരുത്തപ്പെടുക. ഇന്നത്തെ ഇന്ത്യാചരിത്രമടക്കം ആധുനികതയുടെ ഉല്പന്നമാണെന്നാണ് ഇതിൽനിന്ന് മനസ്സിലാക്കേണ്ടത്. ഇന്ത്യയുടെ സംസ്കാരവും ദേശീയതയുമൊക്കെ ഇന്ന് വിലയിരുത്തപ്പെടുന്നത് ലോകസംസ്കാരത്തിന്റെ ഭാഗമെന്ന നിലയിലാണ്.

വർഗ്ഗരാഷ്ട്രീയമാവട്ടെ സാർവ്വദേശീയതയുടെ ഭാഗമായാണ് ദേശീയതയെയും അതിന്റെ ഉള്ളടക്കത്തെയുമൊക്കെ വിലയിരുത്തുകയും പ്രായോഗിക പ്രവർത്തനങ്ങൾ സംഘടിപ്പിക്കുകയും ചെയ്യുന്നത്. വനിതാവിമോചന പ്രസ്ഥാനങ്ങളും ഇന്ന് പ്രവർത്തിക്കുന്നത് ആഗോളതലത്തിൽ തന്നെയാണ്. പുരുഷാധിപത്യ വ്യവസ്ഥയ്ക്കെതിരായ പോരാട്ടം ഇന്നൊരു ദേശീയവിഷയമല്ല; മറിച്ച് സാർവ്വദേശീയവിഷയമാണ്. സ്ത്രീശാക്തീകരണ പ്രസ്ഥാനങ്ങളും ഊർജ്ജം നേടുന്നത് സാർവ്വദേശീയമായിത്തന്നെയാണ്. സ്വത്വവാദവും സ്വത്വരാഷ്ട്രീയവും രൂപംകൊണ്ടതോടെ ജാതിവ്യവസ്ഥക്കെതിരായ പ്രസ്ഥാനങ്ങൾക്കും ഒരു സാർവ്വ

ദേശീയമാനം കൈവന്നിട്ടുണ്ട്. ഈയൊരു പശ്ചാത്തലത്തിൽ നിന്നുകൊണ്ടുവേണം ഇന്ത്യയിൽ ഇന്ന് നടക്കുന്ന മതനിരപേക്ഷ ദേശീയതയും മതാധിഷ്ഠിത ദേശീയതയും തമ്മിലുള്ള വൈരുദ്ധ്യത്തെയും സംഘർഷത്തെയും വിലയിരുത്താൻ. ഈ പോരാട്ടത്തെ ഹിന്ദു ആത്മീയതയും പാശ്ചാത്യവല്ക്കരണവും തമ്മിലുള്ള പോരാട്ടമായി ചുരുക്കി കാണാനാവില്ല. ഇത് പൂർണ്ണമായും പൗരാണികതയും ആധുനികതയും തമ്മിലുള്ള സംഘർഷവുമല്ല. കാരണം പൗരാണികത സംസ്കാരത്തെയും ദേശീയതയെയും തമ്മിൽ ബന്ധിപ്പിക്കുന്ന കാഴ്ചപ്പാടുകൾ ഇന്ന് ആധുനിക ദേശീയതയുടെ ഭാഗമായിത്തന്നെ ഉല്പാദിപ്പിക്കപ്പെട്ടിട്ടുണ്ട്. ഇത് രണ്ടുതരം ആധുനികതകൾ തമ്മിലുള്ള പോരാട്ടമാണ്. ഒന്ന് യുക്തി അധിഷ്ഠിതവും വിമോചനാത്മകവുമെങ്കിൽ മറ്റൊന്ന് അയുക്തികവും വിദേശീവിരുദ്ധവുമാണ്.

കഴിഞ്ഞ രണ്ടുനൂറ്റാണ്ടിനിടയിൽ നിരവധി രാജ്യങ്ങളിൽ ദേശീയതാബോധം ഉയർന്നുവരികയും അതിന്റെ അടിസ്ഥാനത്തിൽ ദേശരാഷ്ട്രങ്ങൾ സ്ഥാപിതമാവുകയും ചെയ്തിട്ടുണ്ട്. ഇതിൽ ഏത് പുരോഗമനാത്മകം, ഏത് പിന്തിരിപ്പൻ എന്ന് വിലയിരുത്തുന്നതിനുള്ള ഏകമാന ദണ്ഡം, ഏത് ദേശീയതയാണ് പൗരാണിക മൂല്യവ്യവസ്ഥാരാഷ്ട്രീയത്തിനെ അടിസ്ഥാനപ്പെടുത്തിയത്, ഏതാണ് ആധുനിക പൗരബോധ രാഷ്ട്രീയത്തിനെ അടിസ്ഥാനപ്പെടുത്തിയത് എന്ന് വ്യവച്ഛേദിച്ച് കണ്ടെത്തലാണ്. പൗരബോധ രാഷ്ട്രീയത്തിൽ അടിസ്ഥാനപ്പെടുത്തിയത് പുരോഗമനാത്മകവും മറ്റേത് പിന്തിരിപ്പനും ആയിരിക്കും. എന്നാൽ ഇന്ന് നിലനില്ക്കുന്ന ദേശരാഷ്ട്രങ്ങളെയും അവയ്ക്കാധാരമായ ദേശീയതയെയും വിശകലനം ചെയ്താൽ ഇതിൽ ഏതെങ്കിലും ഒന്നിന്റെ മൂർത്തരൂപം കണ്ടെത്താനാവില്ല. ഇവരണ്ടും പരസ്പരം കടന്നുകയറിയിട്ടുള്ളതായി കാണാനാവും. ഏതിന് പ്രാമുഖ്യം നിലനില്ക്കുന്നു എന്നത് മാത്രമേ കണ്ടെത്താനാവൂ.

കൊളോണിയലിസവും ദേശീയതയും

വളർന്നുവരുന്ന ഇന്ത്യൻ ദേശീയതയിൽ ഈ വൈരുദ്ധ്യങ്ങൾ രൂപപ്പെട്ടതെങ്ങനെ എന്നറിയണമെങ്കിൽ ആധുനിക ഇന്ത്യൻ രാഷ്ട്രീയത്തിന്റെ വളർച്ചയുമായി ബന്ധപ്പെടുത്തി അക്കാര്യം പരിശോധിക്കേണ്ടതുണ്ട്. ആധുനിക ഇന്ത്യൻ രാഷ്ട്രീയം വളർന്നുവന്നത് കൊളോണിയൽ പശ്ചാത്തലത്തിലാണ്. പൊതുവായ പൗരത്വാവകാശം എന്നത് കൊളോണിയൽ വ്യവസ്ഥയ്ക്ക് അന്യമായ സംഗതിയാണ്. അത്തരമൊരു സ്ഥിതിവിശേഷം മതനിരപേക്ഷവും ജനാധിപത്യപരവുമായ രാഷ്ട്രീയത്തിന്റെ വളർച്ചയ്ക്ക് വിഘാതവുമാണ്. അതുകൊണ്ടുതന്നെ ഏതാണ്ട് ഒന്നാം ലോകയുദ്ധകാലം വരെയുള്ള ദേശീയബോധത്തിന്റെ വളർച്ചയ്ക്ക് ചില സവിശേഷമായ പ്രത്യേകതകളുണ്ട്. ഒളിവിൽ പ്രവർത്തിക്കുന്ന വിപ്ലവകാരികളുടെ ഗ്രൂപ്പുകൾ ഇന്ത്യയിൽ ഏറെ ദുർബ്ബലമായിരുന്നു. അവ ഒഴികെയുള്ള എല്ലാ രാഷ്ട്രീയ പ്രസ്ഥാനങ്ങളും വളർന്നുവന്നത് കർശനമായ നിയമ പരിധിക്കുള്ളിൽ നിന്നുകൊണ്ടായിരുന്നു. അവയിൽ പലതും പ്രവർത്തിച്ചത് സമ്മർദ്ദഗ്രൂപ്പുകൾ എന്ന നിലയിലായിരുന്നു. ജനപ്രാതിനിധ്യത്തിനുള്ള സാർവ്വത്രിക വോട്ടവകാശം പോലുള്ള ഘടനകൾ ഇല്ലാതിരിക്കുകയും ജനപ്രതിനിധികൾ എന്ന് പറയുന്നവർ തന്നെ ഭരണാധികാരികളാൽ നിയമിക്കപ്പെടുന്നവർ ആയിരിക്കുകയും ജനങ്ങളെ പ്രതിനിധീകരിക്കുന്നവരായി അവർ സ്വയം അവകാശപ്പെടുന്നവർ ആയിരിക്കുകയും ചെയ്യുക എന്നതായിരുന്നു അന്നത്തെ 'ജനാധിപത്യ' ഘടന.

കോളനി ഭരണകൂടത്തിന്റെ അനുബന്ധ ഘടകങ്ങളായാണ് അന്ന് ഇത്തരം കുലീന വിഭാഗങ്ങൾ പ്രവർത്തിച്ചുവന്നിരുന്നത്. ആധുനിക സമൂഹത്തിൽ വർഗ്ഗങ്ങളുടെ വളർച്ചയും ഏറെ ദുർബ്ബലമായിരുന്നു. ഇന്ത്യയുടെ ആഭ്യന്തര വ്യാവസായിക വികസനത്തിന് കൊളോണിയൽ ഭരണ

കൂടം എതിരുനിന്നതായിരുന്നു ഇതിന് കാരണം. ഇത് സ്വാഭാവികമായും വർഗ്ഗസംഘടനകളുടെ ദുർബ്ബലതയായി പരിണമിച്ചു. ഇത് വർഗ്ഗേതരമായ സമ്മർദ്ദ ഗ്രൂപ്പുകളുടെ വളർച്ചയിലേക്ക് നയിച്ചു. ഇവ മുകളിൽ നിന്ന് കെട്ടിപ്പടുക്കപ്പെട്ട സംഘടനകളായിരുന്നു. തൊഴിലാളിവർഗ്ഗം എണ്ണത്തിൽ കുറവായിരുന്നു. ആധുനിക മുതലാളിവർഗ്ഗവും എണ്ണത്തിൽ കുറവായിരുന്നു. ഇത്തരമൊരു പശ്ചാത്തലത്തിൽ രാഷ്ട്രീയ സംഘടനകളേക്കാളുപരി സംഘടനകൾ രൂപംകൊണ്ടത് സാമൂഹിക രംഗത്തായിരുന്നു. അവയാകട്ടെ ആധുനികതയ്ക്കുമുമ്പുള്ള സമൂഹത്തിലെ സംഘടനാരൂപങ്ങളായ മതം, ജാതി എന്നിവയുമായി ബന്ധപ്പെട്ടാണ് രൂപംകൊണ്ടത്. കൊളോണിയൽ പരിതഃസ്ഥിതിയിൽ നിയമപരമായിപ്പോലും തുല്യതയുടെ രാഷ്ട്രീയത്തിന് നിരോധനം ഉണ്ടായിരുന്നതിനാൽ വ്യത്യസ്തതകളുടെ, ഭിന്നിപ്പിന്റെ രാഷ്ട്രീയരംഗത്ത് പൈശാചികത വളർന്നുവരുന്നതിനിടയായി. പരിഷ്കരണത്തിനായി പ്രവർത്തിക്കുന്ന സാമൂഹിക സംഘടനകൾ അടക്കം അതായത് വിദ്യാഭ്യാസസംഘങ്ങളും പരോപകാരപ്രസ്ഥാനങ്ങളും അടക്കം രൂപംകൊള്ളുകയും സേവനം നടത്തുകയും ചെയ്തത് ജാതീയതയുടേയും മതപരതയുടേയും അടിസ്ഥാനത്തിൽ ആയിരുന്നു. ആധുനിക വിദ്യാഭ്യാസം നല്കുന്നതിനുള്ള ഏജൻസികളായി പ്രവർത്തിച്ചതും ഇത്തരം സംഘടനകൾ തന്നെയായിരുന്നു. ആധുനിക വിദ്യാഭ്യാസത്തെ പോലും ജാതി-മത താല്പര്യസംരക്ഷണത്തിനായി ഇവ ഉപയോഗപ്പെടുത്തി.

മറ്റൊരുതരത്തിൽ പറഞ്ഞാൽ കൊളോണിയൽ മൂലധനാധിപത്യത്തിന് കീഴിൽ വളർന്നുവരുന്ന അധികാരത്തിന്റെ പുതിയ രൂപങ്ങൾക്ക് അതിനെത്തന്നെ സ്വയം പ്രതിനിധീകരിക്കുന്നതിന് ആവശ്യമായ രാഷ്ട്രീയ രൂപങ്ങൾ വളർന്നുവരേണ്ടത് ആവശ്യമായിരുന്നു. എന്തായാലും തുല്യമായ പൗരത്വാവകാശങ്ങളെയും സാർവ്വത്രിക വോട്ടവകാശത്തെയും തടയുന്നതിലൂടെ കൊളോണിയൽ ഭരണകൂടത്തിന് ഉയർന്നുവരുന്ന ദേശീയതയെ വിവിധ സാമൂഹിക ഘടകങ്ങളായി ഭിന്നിപ്പിക്കുന്നതിനും നിലനില്ക്കുന്ന ഭിന്നിപ്പിനെ ശക്തിപ്പെടുത്തുന്നതിനും കഴിഞ്ഞു. മറുവശത്ത് കൊളോണിയൽ ഭരണാധികാരത്തിനെതിരായി വളർന്നുവരുന്ന വികാരം പ്രാഥമികമായ ദേശീയാവബോധം സൃഷ്ടിക്കുകയും ചെയ്തു എന്ന് വൈരുദ്ധ്യാത്മകമായി പരിശോധിക്കുമ്പോൾ കണ്ടെത്താനാവും.

19-ാം നൂറ്റാണ്ടിലെ ഇന്ത്യൻ അഭ്യസ്തവിദ്യർക്കിടയിൽ നല്ലൊരു പങ്കിന്റെയും ചരിത്രബോധം, ആര്യൻ സ്വത്വം, വൈദികവിശുദ്ധി, 'മുസ്ലിം നിഷ്ഠുരത' എന്നിവയാൽ അടയാളപ്പെടുത്തപ്പെട്ടതും അവരുടെ പൊതുബോധം ബ്രാഹ്മണിക പൗരാണികതയ്ക്കും ഹിന്ദുഭൂരിപക്ഷവർഗ്ഗീയതയ്ക്കും എളുപ്പം വഴങ്ങുന്നതും ആയ ഒന്നായിരുന്നു. ഇസ്ലാമിക സ്വാധീനത്താൽ *തുഹ്ഫത് അൽ മുവാഹിദ്ദീൻ* എന്ന തന്റെ ആദ്യ ഗ്രന്ഥമെഴുതിയ റാംമോഹൻ റായ് പോലും ഇസ്ലാമിക നിഷ്ഠുരതയിൽനിന്ന്

ഇന്ത്യയെ മോചിപ്പിച്ചത് ബ്രിട്ടീഷുകാർ ആയതിനാൽ അവർക്ക് ഭരണം തുടരാവുന്നതാണെന്ന് കരുതിയിരുന്നതായി കാണാനാവും. ഈയൊരു കാലാവസ്ഥയിൽ വളർന്നുവന്ന നവോത്ഥാന പ്രസ്ഥാനങ്ങൾക്കൊക്കെ ത്തന്നെ പുനരുജ്ജീവനപരമായ ഒരു മുഖം കൂടെ ഉണ്ടായിരുന്നതായി കാണാം. പൗരാണികവ്യവസ്ഥയുടെ ഭാഗമായ ജാതിവ്യവസ്ഥയുടെയും ഭൂവുടമസ്ഥതയുടെയും ഗുണഭോക്താക്കൾ എന്ന നിലയിൽ നവോത്ഥാന നായകരിൽ പലർക്കും അവർ ഉൾക്കൊള്ളുന്ന മേൽജാതി സംസ്കാ രത്തെക്കുറിച്ച് ഒരു കാല്പനിക പ്രതീതി ജനിപ്പിക്കുന്നതിൽ നിക്ഷിപ്ത താല്പര്യം ഉണ്ടായിരുന്നു. അതിനെ തന്നെയാണ് ഇന്ന് ഇന്ത്യൻ 'ഹിന്ദു'സംസ്കാരങ്ങൾ ആയി അവതരിപ്പിച്ചുകൊണ്ടിരിക്കുന്നത്.

19-ാം നൂറ്റാണ്ടിൽ ആകമാനം ബംഗാളിൽ നടന്ന സാമൂഹിക പരി ഷ്കരണപ്രസ്ഥാനങ്ങളിൽ ഭൂരിഭാഗവും ലക്ഷ്യം വെച്ചിരുന്നത് മേൽജാതിക്കാരുടെ, വിശിഷ്യാ കുലീനബ്രാഹ്മണരുടെ സാമൂഹ്യജീവി തത്തെ പരിഷ്കരിക്കുന്നതിനുള്ള നടപടികൾ ആയിരുന്നു. അതിൽ ഒന്നും തന്നെ മുസ്ലിങ്ങളോ അടിച്ചമർത്തപ്പെട്ട ജാതിക്കാരോ പരാമർശി ക്കപ്പെട്ടിരുന്നില്ല; അഥവാ പരാമർശിക്കപ്പെട്ടിരുന്നെങ്കിൽ തന്നെ അത് നിഷേധാത്മകമായിട്ടായിരുന്നു. മേൽജാതിക്കാരുടെ സാമൂഹിക ജീവി തത്തെ ദുഷിപ്പിച്ചതിന് ഉത്തരവാദികൾ ഇവരാണെന്നാണ് അന്ന് പ്രച രിപ്പിക്കപ്പെട്ടിരുന്നത്. മേൽജാതി സംസ്കാരവും അപരിഷ്കൃതമായ കീഴ്ജാതിസംസ്കാരവും തമ്മിലുള്ള അതിർവരമ്പുകൾ ശക്തിപ്പെടുത്ത ലാണ് അന്ന് നടന്നിരുന്നത്. പുതിയതായി വളർന്നുവരുന്ന 'ഭദ്ര ലോക്'സംസ്കാരത്തിന് അനുയോജ്യമായ വിധത്തിൽ ബംഗാളി ഭാഷ യുടെ സംസ്കൃതവല്ക്കരണവും ആംഗലവല്ക്കരണവും നടന്നു. ചുരു ക്കിപ്പറഞ്ഞാൽ ഈ പരിഷ്കരണ പ്രസ്ഥാനം വ്യാപാരി സമൂഹത്തെയും പാട്ടം വാങ്ങി ജീവിക്കുന്നവരെയും മുതലാളിത്തവല്ക്കരിക്കുകയും ജാതി സ്വത്വത്തെയും പ്രത്യേകാവകാശങ്ങളെയും ശക്തിപ്പെടുത്തുകയുമാണ് ചെയ്തത്.

ആധുനികമായ പരിഷ്കരണപ്രസ്ഥാനത്തിനൊപ്പം മതപരമായ ആധികാരികത വരുത്തുന്ന ഒരു പ്രവണതയും ഈ യാഥാസ്ഥിതിക, ജാതീയ രൂപത്തിലുള്ള മുതലാളിത്തവല്ക്കരണത്തിനൊപ്പം നടന്നിരുന്നു. ഇക്കാര്യത്തിൽ റാംമോഹൻ റായിയുടെ 'സതി നിർത്തലാക്കൽ' സംബ ന്ധിച്ച പരിഷ്കാരത്തിന്റെ ഇരുവശങ്ങളും പരിശോധനാ വിഷയമാക്കേ ണ്ടതുണ്ട്. ഒരു വശത്ത് റാം മോഹൻ റായിതന്നെ പറഞ്ഞതുപോലെ അത് സാമൂഹികമായ സാന്ത്വനത്തിന്റെ ഉപയോഗിതാവാദം ആണ്. ക്രൂര മായ ഒരു സാമൂഹികാചാരത്തിൽനിന്ന്, അത് പരമ്പരാഗതമായ വിശ്വാ സത്തിന്റെ അടിസ്ഥാനത്തിലാണെങ്കിൽ പോലും, യുക്തി അധിഷ്ഠിത മായി സ്ത്രീകളെ രക്ഷിക്കുന്നതിനുള്ള നീക്കമാണ്. മറ്റൊരു വശത്താ കട്ടെ ഈ വാദം സമർത്ഥിക്കാൻ ശ്രമിച്ചത് പാതിവ്രത്യത്തോടെയുള്ള വിധവാത്വം ധർമ്മശാസ്ത്ര നിബന്ധനകൾക്ക് തീർത്തും അനുയോജ്യ

മാണ് എന്ന നിലയിൽ ആയിരുന്നു. പൗരാണിക വിശ്വാസം പോലും താൻ പറയുന്നതിനോട് യോജിക്കുന്നു എന്ന നിലയിൽ വിഷയമവതരിപ്പിക്കാനാണ് റാം മോഹൻ റായി ശ്രമിച്ചത്. വിധവാ പുനർ വിവാഹനിയമം കൊണ്ടുവരുന്നതിന് എതിരായിരുന്നു ഫലത്തിൽ റാം മോഹൻ ഉന്നയിച്ച വാദങ്ങൾ. വിധവാ പുനർവിവാഹ നിയമനിർമ്മാണത്തിന് ശ്രമിച്ച വിദ്യാസാഗറിന് ഇത് മറികടക്കാൻ ഏറെ ബുദ്ധിമുട്ടേണ്ടിവന്നു. ഏത് വിധത്തിൽ നോക്കിയാലും ആധുനിക പരിഷ്കരണങ്ങൾക്ക് മതപരമായ അനുവാദം ഉണ്ടെന്ന് വരുത്താൻ ശ്രമിക്കുന്ന ഈ സ്വഭാവം, രണ്ടുതരത്തിലുള്ള പരമ്പരാഗത പരിഹാരങ്ങൾക്കുള്ളിൽ പരിഷ്കരണ നടപടികളെ പരിമിതപ്പെടുത്തി നിർത്താനുള്ള ഈ പ്രവണത, ഇന്ത്യയിലെ സാമൂഹിക പരിഷ്കരണ പ്രസ്ഥാനത്തിലും ഒപ്പം ദേശീയതയിലും പ്രകടമാണ്.

ഇന്ത്യൻ മതനിരപേക്ഷതയെ സംബന്ധിച്ച ഔദ്യോഗിക പ്രത്യയശാസ്ത്രത്തിനും ഈ പരിമിതിയുള്ളതായി കാണാനാവും. നമ്മുടെ മതനിരപേക്ഷത യൂറോപ്യൻ മതനിരപേക്ഷതയേക്കാൾ ഉന്നതമാണെന്നാണ് ഔദ്യോഗിക ഭാഷ്യം. എന്നാൽ അത് പൗരാണികമായ മതപരമായ സഹിഷ്ണുത മാത്രമാണ്. അല്ലെങ്കിൽ യാഥാസ്ഥിതികമായ പരസ്പര അനുരഞ്ജനം മാത്രമാണ്. അതുകൊണ്ടാണ് അതിനെ സർവ്വധർമ്മ സമഭാവന എന്ന മുദ്രാവാക്യത്തിൽ ഒതുക്കിനിർത്താൻ കഴിയുന്നത്.

പാരമ്പര്യവാദം

ഏറ്റവും വലിയ സാമൂഹ്യ പരിഷ്കർത്താവായി അറിയപ്പെടുന്ന രാജാറാം മോഹൻ റായ് വിദേശപര്യടനത്തിന് പോയപ്പോൾ ബ്രാഹ്മണനായ ഒരു പാചകക്കാരനെ കൂടെ കൊണ്ടുപോയി എന്നത് വ്യക്തിജീവിതവും പൊതുപ്രവർത്തനവും തമ്മിലുള്ള വൈരുദ്ധ്യം വെളിപ്പെടുത്തുന്ന ഒരു സംഗതിയായിരുന്നു. വർഗ്ഗീയതയ്ക്കും തൊട്ടുകൂടായ്മയ്ക്കുമെതിരെ കുരിശുയുദ്ധം നയിച്ചയാളായിരുന്നു മഹാത്മാഗാന്ധി. എന്നാൽ അതേ ഗാന്ധിജി തന്നെ ജാതിവ്യവസ്ഥയെ ന്യായീകരിക്കുന്ന ഒരു പ്രസ്താവന നടത്തിയിട്ടുണ്ട്.

> ജാതി ദ്രോഹകരമായ ഒരു സ്ഥാപനമാണെന്ന് കരുതാത്തവരിൽ ഒരാളാണ് ഞാൻ. ഉത്ഭവത്തിൽ ജാതി ആരോഗ്യകരമായ ഒരു ആചാരമായിരുന്നു. അത് ദേശീയമായിത്തന്നെ നന്മ വർദ്ധിപ്പിക്കുകയുണ്ടായി. എന്റെ അഭിപ്രായത്തിൽ മിശ്രഭോജനവും മിശ്രവിവാഹവും ദേശീയവികസനത്തിന് ആവശ്യമാണെന്നത് പാശ്ചാത്യരിൽനിന്ന് കടമെടുത്ത ഒരു അന്ധവിശ്വാസം മാത്രമാണ്.

ഇന്ത്യൻ സ്വാതന്ത്ര്യസമരത്തിന് നേതൃത്വം കൊടുത്തവരിൽ അഗ്രഗണ്യനായിരുന്നു ഗാന്ധിജി. എന്നാൽ ജാതിവ്യവസ്ഥ സംബന്ധിച്ച അദ്ദേഹത്തിന്റെ സങ്കല്പനം തീർത്തും പിന്തിരിപ്പനുമായിരുന്നു. ഇത് ഒരു ഒറ്റപ്പെട്ട പ്രതിഭാസമായിരുന്നില്ല. ഇന്ത്യയിലെ ബൂർഷ്വാ ദേശീയപ്രസ്ഥാനത്തിലാകെ ഈ വൈരുദ്ധ്യാത്മകത പ്രകടമായിരുന്നു.

പത്തൊമ്പതാം നൂറ്റാണ്ടിന്റെ അവസാന പാദത്തിലാണ് 'ദേശീയവാദികൾ' എന്ന് വിളിക്കാവുന്ന ഒരു വിഭാഗം ഇന്ത്യൻ രാഷ്ട്രീയ രംഗത്ത് സജീവമാകുന്നത്. ബംഗാളിൽ ഈ ദേശീയവാദികളിൽ ഏറെയും

വളർന്നുവന്നത് പ്രൊഫഷണലുകളിൽ നിന്നായിരുന്നു. കൊളോണിയൽ സമൂഹത്തിൽ തങ്ങളുടെ വളർച്ചാസാദ്ധ്യത പരിമിതമായിരിക്കും എന്ന ബോധത്തിൽ നിന്നാണ് ഇവർ ദേശീയ പ്രസ്ഥാനത്തിൽ ആകൃഷ്ടരാവുന്നത്. രണ്ടാം വിഭാഗമാവട്ടെ ഭൂവുടമസ്ഥ വിഭാഗമായിരുന്നു; വിശിഷ്യാ പാട്ടം പിരിക്കുന്ന ജന്മിവിഭാഗമായിരുന്നു. അവരുടെ പ്രശ്നം പിരിക്കുന്ന പാട്ടംകൊണ്ട് ഒരു കൊളോണിയൽ രാജ്യത്ത് ജീവിച്ചു പോകാൻ പറ്റുന്നില്ല എന്ന അവസ്ഥയിലേക്ക് അവർ എത്തിയിരുന്നു എന്നതാണ് ഏറ്റവും സവിശേഷമായ കാര്യം. ഈ കാലയളവിൽ തന്നെ സാമ്പത്തിക വിദഗ്ദ്ധരായ ദേശീയവാദികൾ കൊളോണിയൽ ശക്തികൾ ഇന്ത്യയെ കൊള്ളയടിക്കുന്നതെങ്ങനെ എന്ന് വിശദീകരിക്കാനും ജനങ്ങളെ ബോധവല്ക്കരിക്കാനും ശ്രമിച്ചിരുന്നതാണ്. ഇതാവട്ടെ തീർത്തും മതനിരപേക്ഷമായ അടിസ്ഥാനത്തിലുമായിരുന്നു. അതേ സമയം തന്നെ സാഹിത്യ-സാംസ്കാരിക രംഗങ്ങളിൽ പ്രവർത്തിച്ചിരുന്ന ചിലർ സാംസ്കാരിക ദേശീയതയിൽ ആകൃഷ്ടരാവുകയും പുനരുജ്ജീവനവാദത്തിന്റെയും മതാധിഷ്ഠിത രാഷ്ട്രീയത്തിന്റെയും കാഴ്ചപ്പാടുകൾ പങ്കുവെക്കുകയും ചെയ്തിരുന്നു. ബംഗാളിലും തുടർന്ന് ഇന്ത്യയിലാകെയും വളർന്നുവന്ന ദേശീയപ്രസ്ഥാനത്തെ ഇത് ഏറിയും കുറഞ്ഞുമൊക്കെ സ്വാധീനിക്കുകയും ചെയ്തിരുന്നു.

1919 ൽ ദേശീയ പ്രസ്ഥാനം ഒരു ജനകീയ പ്രസ്ഥാനമായി മാറിയതോടെ കർഷകരും മറ്റ് അദ്ധ്വാനിക്കുന്ന ജനവിഭാഗങ്ങളുമൊക്കെ അതിന്റെ ഭാഗമായിമാറി. ഫൂലെയുടെയും അംബേദ്കറുടെയുമൊക്കെ നേതൃത്വത്തിൽ ബ്രാഹ്മണവിരുദ്ധ മുന്നേറ്റങ്ങൾ ഉണ്ടായി. ഇതിന്റെ എതിർ പ്രതികരണം എന്ന നിലയിലാണ് ആർ എസ് എസ് രൂപീകരിക്കപ്പെട്ടത്.

പുനരുജ്ജീവനവാദവും പൗരാണികസംസ്കാര മഹിമയുമൊക്കെ തിലകനെയും അരവിന്ദഘോഷിനെയും പോലുള്ള നേതാക്കളെ സ്വാധീനിച്ചിരുന്നു എന്നതിനർത്ഥം അവർ ഇന്നത്തെ ആർ എസ് എസ് നയങ്ങളെ അതേപടി അംഗീകരിച്ചിരുന്നു എന്നല്ല. ഇന്ന് ഇന്ത്യയിലെ മേൽജാതിക്കാർക്കിടയിലും മദ്ധ്യവർഗ്ഗത്തിൽ ഒരു വിഭാഗത്തിനിടയിലും ഹിന്ദുത്വ എന്നത് ബംഗാളിൽ ഉദയം കൊള്ളുകയും മഹാരാഷ്ട്രയിൽ ശക്തി പ്രാപിക്കുകയും ചെയ്ത നവോത്ഥാന പ്രസ്ഥാനത്തിന്റെ സന്തതിയാണ് എന്ന ഒരു പൊതുബോധം രൂപപ്പെട്ടുവന്നിട്ടുണ്ട്. ഇത് മുൻകൂട്ടി കാണാൻ രവീന്ദ്രനാഥ ടാഗോറിനെപ്പോലുള്ള മഹാരഥന്മാർക്ക് ഒരു നൂറ്റാണ്ടുമുമ്പുതന്നെ കഴിഞ്ഞിരുന്നു. അതുകൊണ്ടാണ് അദ്ദേഹം പുനരുജ്ജീവനഭ്രമം ഒരടി മുന്നോട്ടുവെച്ചാൽ അത് വർഗ്ഗീയമതിഭ്രമം ആയിത്തീരും എന്ന് മുന്നറിയിപ്പ് നല്കിയത്. മതത്തെ രാഷ്ട്രീയത്തിൽനിന്ന് ഒഴിവാക്കേണ്ടതിന്റെ ആവശ്യകത ഗാന്ധിജിയെ ബോദ്ധ്യപ്പെടുത്താനും അദ്ദേഹം ശ്രമിച്ചിരുന്നു.

എന്തായാലും സാമ്പത്തിക ദേശീയത സംബന്ധിച്ച ഇന്ത്യൻ

കാഴ്ചപ്പാട് തീർത്തും മതനിരപേക്ഷവും ആധുനികവും ആയിരുന്നു. എന്നാൽ സാമൂഹ്യ പരിഷ്കരണ പ്രസ്ഥാനങ്ങൾ തുടക്കത്തിൽ ജാതി വിരുദ്ധം ആയിരുന്നെങ്കിൽ പിന്നീട് അവ സ്വജാതി പരിഷ്കരണത്തിൽ മാത്രം ഒതുങ്ങുന്ന സ്ഥിതിയുണ്ടായി. 1885 ൽ കോൺഗ്രസ് രൂപീകരിച്ച തോടെ ഇന്ത്യ പോലെ ബഹുസാംസ്കാരിക സ്വഭാവമുള്ള ഒരു രാജ്യത്ത് സാംസ്കാരികവും പ്രാദേശികവും മതപരവുമായ ബഹുസ്വരതയോട് കുറച്ചെങ്കിലും പ്രതിബദ്ധത കാണിക്കാതെ ഒരു ദേശീയ പ്രസ്ഥാന ത്തിനും വളർന്നുവരാനാവില്ല എന്ന പൊതുബോധം രൂപപ്പെട്ടു. പാശ്ചാ ത്യവല്ക്കരണത്തിനെതിരായി രൂപംകൊണ്ട പല പ്രസ്ഥാനങ്ങളുടെയും അന്തർധാര പുനരുജ്ജീവനവാദവും പാരമ്പര്യവാദവും തന്നെയായി രുന്നു. ഒന്നാം ലോകയുദ്ധാനന്തരം ഇന്ത്യൻ ദേശീയ പ്രസ്ഥാനം ഒരു ബഹുജന പ്രസ്ഥാനമായി മാറിയപ്പോൾ മറുഭാഗത്ത് ഇന്ത്യയിലെ കൊളോണിയൽ സമൂഹം സാമൂഹികമായും രാഷ്ട്രീയമായും ജാതീയത -വിഭാഗീയത-പ്രാദേശികത്വം എന്ന അച്ചുതണ്ടിന്മേൽ സംഘടിതമായി കഴിഞ്ഞിരുന്നു. വർഗ്ഗീയവും ജാതീയവുമായ രാഷ്ട്രീയത്തിന്റെ വളർച്ച യിൽ കൊളോണിയലിസത്തിന്റെ സംഭാവന അടവുപരമായിരുന്നില്ല മറിച്ച് ഘടനാപരം തന്നെയായിരുന്നു. കൊളോണിയൽ സമൂഹത്തിന്റെ ഈ ഘടനാപരമായ സവിശേഷത, ജാതീയമായ പ്രത്യേകാവകാശങ്ങൾ, ആധുനികമായ വർഗ്ഗപരമായ പ്രത്യേകാവകാശങ്ങൾ എന്നിവയാൽ ശാക്തീകരിക്കപ്പെട്ടു. ഇവ വളർന്നുവന്നതാവട്ടെ സാംസ്കാരിക മൂലധ നത്തിന്റെ മുൻകാലരൂപങ്ങൾ, ആധുനികമായ ബൂർഷ്വാസമ്പത്ത്, കാർഷികരംഗത്തെ പാട്ടം എന്നിവയെ അടിസ്ഥാനപ്പെടുത്തിയായിരുന്നു. 19-ാം നൂറ്റാണ്ടിലെ പരിഷ്കരണ പ്രസ്ഥാനവും ഇരുപതാം നൂറ്റാണ്ടിലെ ദേശീയതയും തമ്മിൽ ഒരു തുടർച്ചയുള്ളതായി കാണാനാവും. സർക്കാർ പദ്ധതികളിൽ അടിച്ചമർത്തപ്പെട്ട ജാതിക്കാരും വർഗ്ഗങ്ങളും ഇടംപിടിച്ചു എന്നതാണത്. പരിഷ്കരണ പ്രസ്ഥാനം ഉയർത്തികൊണ്ടുവന്ന വിഭാഗ ങ്ങളെ ഉൾക്കൊള്ളാതെ സ്വാതന്ത്ര്യസമര പ്രസ്ഥാനത്തിന് മുന്നോട്ടുപോ കാനാവില്ല എന്ന സ്ഥിതി വന്നു ചേർന്നു. ഗാന്ധിജിയുടെ ജീവിതവും പ്രവർത്തനങ്ങളും ഈ തുടർച്ചയുടെ ഉത്തമനിദർശനമാണ്.

സമരസപ്പെടൽ

ഹിന്ദുമതത്തിലും വിവിധ ജാതികൾക്കകത്തും ഉയർന്നുവന്ന സാമൂഹിക പരിഷ്കരണ പ്രസ്ഥാനങ്ങളുടെ പൊതുവായ ദൗർബല്യം അവ വിഭാഗീയവും ജാതി അധിഷ്ഠിതവും പലപ്പോഴും പ്രാദേശികവും ആയിരുന്നു എന്നതാണ്. ഇത് മുസ്ലീം പരിഷ്കരണ പ്രസ്ഥാനങ്ങൾക്കും ബാധകമായ സംഗതിയാണ്. വടക്കേ ഇന്ത്യയിൽ മുസ്ലിം പരിഷ്കരണപ്രസ്ഥാനങ്ങൾ മാധ്യമമാക്കിയത് ഉർദു ഭാഷയെയാണ്. ഇവയ്ക്കൊന്നുംതന്നെ ബംഗാളിലും മഹാരാഷ്ട്രയിലും ഉയർന്നുവന്ന നവോത്ഥാനപ്രസ്ഥാനങ്ങളിൽനിന്ന് തങ്ങൾ എന്തെങ്കിലും പഠിക്കേണ്ടതുണ്ട് എന്ന ധാരണപോലും ഉണ്ടായിരുന്നില്ല. അതേപോലെ രാജാറാം മോഹൻ റായ്, ഫൂലെ, പെരിയാർ, അംബേദ്കർ തുടങ്ങി പുരോഗമനകാരികളായ സാമൂഹ്യ പരിഷ്കരണനായകരുടെ ഒരു നിരതന്നെ ഹൈന്ദവ മതപരിഷ്കരണത്തിനും നവോത്ഥാനമുന്നേറ്റങ്ങൾക്കുമായി നേതൃത്വം നല്കാനുണ്ടായിരുന്നെങ്കിലും അവയൊന്നും തന്നെ മുസ്ലീം സാമൂഹ്യപരിഷ്കരണത്തിനായി പ്രവർത്തിക്കുകയോ, അവരെ തങ്ങളുടെ സാമൂഹ്യപരിഷ്കരണ പ്രസ്ഥാനത്തിന്റെ ഭാഗമാക്കി തീർക്കുന്നതിനായി പരിശ്രമിക്കുകയോ ചെയ്തില്ല. ഈ രണ്ടുധാരകളും വേറിട്ടുനിന്നാണ് പ്രവർത്തിച്ചത്.

രാഷ്ട്രീയരംഗത്ത് വിശിഷ്യാ സാമ്പത്തിക ദേശീയതയുടെ ഭാഗമായി വളർന്നുവന്ന മതനിരപേക്ഷതയ്ക്ക് സാമൂഹ്യ പരിഷ്കരണ രംഗത്ത് വേരോടാനായില്ല. നിശ്ചിതമായ മേഖലകളിൽ മാത്രമായി സാമൂഹ്യ പരിഷ്കരണ പ്രസ്ഥാനങ്ങൾ ഒതുങ്ങിനിന്നു. മിക്കവാറും എല്ലാവരും 'രാഷ്ട്ര'ത്തെക്കുറിച്ചാണ് പരാമർശിച്ചതെങ്കിലും സ്വന്തം ജന്മത്താൽ ബന്ധിതമായ മേഖലകളിൽ മാത്രമായി അവർ ഉറച്ചുപോയി.

ആധുനിക ഇന്ത്യയെക്കുറിച്ചുള്ള ബോധവും ഇതുപോലെ വിഘടിതമാണ് എന്നതിനാൽ ഈ ഭിന്നിപ്പ് സ്വാതന്ത്ര്യസമരപ്രസ്ഥാനത്തെയും ബാധിച്ചു. അത് പിന്നീടുണ്ടായ അധികാര കേന്ദ്രങ്ങളെയും രാഷ്ട്രീയത്തെയും ബാധിച്ചു. ഈയൊരു പശ്ചാത്തലത്തിലാണ് ഭിന്നവിഭാഗങ്ങളിൽപ്പെട്ട സംഘടിത അംഗങ്ങളുടെ സഹകരണത്തിൽ പരസ്പരം എതിർക്കുന്ന യാഥാസ്ഥിതികത്വങ്ങളെ അനുരഞ്ജിപ്പിച്ച് മുന്നോട്ടുപോവുക എന്ന രൂപം കൈവരിച്ചത്. ആധുനിക ഹിന്ദുത്വ കാഴ്ചപ്പാടിന്റെ വളർച്ചയ്ക്ക് ഈ പുനരുജ്ജീവനപരവും അനുരഞ്ജനപരവുമായ കഴിഞ്ഞ കാലാനുഭവങ്ങൾ വലിയ പങ്ക് വഹിക്കുന്നുണ്ട്.

യാഥാസ്ഥിതികത്വത്തോട് പരസ്പരം സമരസപ്പെടുക എന്ന ഈ പ്രവണത ഇന്ത്യയിലെ മതനിരപേക്ഷ ദേശീയതയിലും പ്രകടമാണ് എന്ന കാര്യം ജാതിവ്യവസ്ഥയോട് ഗാന്ധിജി എടുത്ത സമീപനത്തിൽ നിന്നുതന്നെ വ്യക്തമാണ്. എന്നാൽ ഇത് ഗാന്ധിജിയുടെ മാത്രം കാര്യമല്ല. ഇന്ത്യയിലെ മതനിരപേക്ഷ ദേശീയത തന്നെ ഒട്ടനവധി സങ്കീർണ്ണ പ്രതിഭാസങ്ങളുടെ ഒരു സമുച്ചയമാണ്. ഇന്ത്യയുടേത് ഒരു വിവിധാംശ നിർമ്മിതമായ സംസ്കാരമാണെന്ന അഭിപ്രായം ഗാന്ധിജിതന്നെ മുന്നോട്ടുവെച്ചിട്ടുണ്ട്. അതുകൊണ്ടുതന്നെ അത്തരമൊരു രാജ്യത്തെ ദേശീയ പ്രസ്ഥാനത്തിന്റെ സംഘടനാരൂപത്തിൽ വ്യത്യസ്ത സമുദായങ്ങൾ പ്രതിനിധീകരിക്കപ്പെടേണ്ടത് അതത് സമുദായ പ്രതിനിധികളായിട്ടായിരിക്കണം എന്ന കാഴ്ചപ്പാടാണ് ഗാന്ധിജിയും കോൺഗ്രസും വെച്ചുപുലർത്തിയത്. കോൺഗ്രസ് എന്ന പൊതുവേദി ഇവർക്കെല്ലാമായി തുറന്നിട്ടുകൊടുക്കുകയായിരുന്നു. ഇത് അവകാശവാദങ്ങളിൽ ദ്വന്ദ്വാത്മകത പ്രകടമാക്കുന്നതിനിടയാക്കി. ലോകത്തിന് മുമ്പാകെ ഇന്ത്യയെ ആകെ പ്രതിനിധീകരിക്കുന്നത് കോൺഗ്രസാണ്, എന്നാൽ കോൺഗ്രസിനകത്ത് ഹിന്ദുവിനെ പ്രതിനിധീകരിക്കുന്നത് ഹിന്ദുവും മുസ്ലീമിനെ പ്രതിനിധീകരിക്കുന്നത് മുസ്ലീമും ആയിരിക്കണം എന്ന സ്ഥിതിയാണുണ്ടായിരുന്നത്. അതായത് കോൺഗ്രസ് ഇന്ത്യൻ മുസ്ലീങ്ങളെ പ്രതിനിധീകരിക്കുന്നു എന്ന് അവകാശപ്പെട്ടിരുന്നു. അത് പൊതുവും മതനിരപേക്ഷവുമായ ഒരു പൗരത്വം സ്വതന്ത്ര ഇന്ത്യ വഴി നേടിയെടുക്കുന്നതിനായി പോരാടുന്നതിനാലല്ല മറിച്ച് അൻസാരിയെയും ആസാദിനെയും ദിയോബന്ദ് ഉലേമയെയും പോലുള്ള പ്രമുഖരായ മുസ്ലീങ്ങൾ ഉള്ള സംഘടനയായതിനാലാണ് എന്നതായിരുന്നു വസ്തുത. ഇതിന് ബദലായി ജിന്ന, താനാണ് ഇന്ത്യൻ മുസ്ലീങ്ങളെ പ്രതിനിധീകരിക്കുന്നത് എന്നും ആസാദിനെപ്പോലുള്ളവർ കോൺഗ്രസിന്റെ 'കാഴ്ചപ്പണ്ടങ്ങൾ' മാത്രമാണെന്നും തുറന്നടിച്ചു. ഗാന്ധിജിയാവട്ടെ തുടക്കത്തിൽ ആസാദിനെയാണ് ഇന്ത്യൻ മുസ്ലീങ്ങളുടെ യഥാർത്ഥ നേതാവായി അവതരിപ്പിച്ചത്. ജിന്നയെ അവഗണിക്കാനായിരുന്നു ശ്രമം. എന്നാൽ 1944 മുതൽ ജിന്നയെ ഗാന്ധിജി

ക്വായിദ്-ഇ-അസം(മഹാനായ നേതാവ്) എന്ന് അഭിസംബോധന ചെയ്യാൻ തുടങ്ങി. ബ്രിട്ടീഷുകാർ അദ്ദേഹത്തെ ഇന്ത്യൻ മുസ്ലീങ്ങളുടെ ഏകവക്താവായി അംഗീകരിച്ചതിനെത്തുടർന്നായിരുന്നു ഇത്. ഫലത്തിൽ ഇതൊരു സമരസപ്പെടലായിരുന്നു. ഗാന്ധിജിയും ജിന്നയും തമ്മിലുള്ള സമരസപ്പെടൽ. ഇന്ത്യൻ മുസ്ലീമിനെ പ്രതിനിധീകരിക്കാൻ ഒരു മുസ്ലീമിന് മാത്രമേ കഴിയൂ എന്ന് അനൗപചാരികമായെങ്കിലും അംഗീകരിച്ചു കൊടുക്കൽ തന്നെയായിരുന്നു ഇത്. ജിന്നയ്ക്കാണോ ആസാദിനാണോ കൂടതൽ ആധികാരികതയുള്ളത് എന്നത് മാത്രമായിരുന്നു തർക്കം. ഗാന്ധിജിക്കുപോലും ഇന്ത്യൻ മുസ്ലീമിനെ പ്രതിനിധീകരിക്കാനാവില്ല എന്ന് ജാതിയാൽ ഭിന്നിപ്പിക്കപ്പെട്ടതും മതപരമായി ഭിന്നതകൾ നിലനില്ക്കുന്നതുമായ കൊളോണിയൽ സമൂഹത്തിന് മുമ്പിൽ അംഗീകരിച്ചു കൊടുക്കുന്നതായിരുന്നു ഈ നിലപാട്.

വ്യക്തിപരമായും ഗാന്ധിജിക്കൊരു സങ്കീർണ്ണതയുണ്ടായിരുന്നു. ഭക്തിമാർഗ്ഗക്കാരനായിരുന്നു ഗാന്ധിജി. ഈശ്വര വിശ്വാസത്തിലധിഷ്ഠിതമായ ലോകവീക്ഷണമാണ് ഗാന്ധിജിക്കുണ്ടായിരുന്നത്. അതുകൊണ്ടു തന്നെ ഈശ്വരവിശ്വാസികളായ പരമ്പരാഗത മുസ്ലിങ്ങളെ മാത്രമേ അദ്ദേഹത്തിന് മുസ്ലീമായി കാണാൻ കഴിഞ്ഞിരുന്നുള്ളു. അതായത് മതവിശ്വാസിയായ മുസ്ലീം മാത്രമായിരുന്ന ഗാന്ധിജിയുടെ കണ്ണിൽ മുസ്ലീം. അതുകൊണ്ടുതന്നെ നാസ്തികനായ ജിന്നയെ ഉൾക്കൊള്ളാൻ ഗാന്ധിജിക്കാവുമായിരുന്നില്ല. ഇതുമാത്രമല്ല, ഇന്ത്യയുടെ ദേശീയപ്രസ്ഥാനത്തിൽ ഗാന്ധിജി പ്രത്യക്ഷപ്പെട്ട കാലത്തുതന്നെയാണ് ഖിലാഫത്ത് പ്രസ്ഥാനവും അരങ്ങേറിയത്. മുസ്ലീങ്ങളെ നയിക്കാൻ *ഖുറാനിൽ* വിശ്വസിക്കുന്ന മുസ്ലീങ്ങൾ തന്നെ വേണം എന്ന ധാരണ ഗാന്ധിജിയിൽ അടിയുറയ്ക്കുന്നതിന് ഇതുകാരണമായിട്ടുണ്ടാവാം. ഗാന്ധിജി തുർക്കി ഖലീഫയെ പുനഃസ്ഥാപിക്കുന്നതിനെ പിന്തുണച്ചെങ്കിലും ജിന്ന ഖലിഫേറ്റിനെ വിശേഷിപ്പിച്ചത് 'പൊട്ടിത്തെറിച്ച ഒരു ബോഗി'യായിട്ടാണ്. എന്തായാലും ഹിന്ദു-മുസ്ലീം ഐക്യത്തിന് വേണ്ടി നിലകൊണ്ടിരുന്ന ജിന്ന ദ്വിരാഷ്ട്ര വാദത്തിലേക്ക് നീങ്ങി. ആ സമയമാവുമ്പോഴേക്ക് മുസ്ലീം ജനതയിലെ ആധുനിക മദ്ധ്യവർഗ്ഗം സ്വന്തമായി ഒരു രാഷ്ട്രമുണ്ടാവുന്നത് തങ്ങളുടെ ഭാവി ഭാസുരമാക്കുമെന്ന ചിന്താഗതിയിലേക്ക് നീങ്ങിയിരുന്നു. കൊളോണിയൽ സമൂഹത്തിൽ അവർക്ക് ലഭിച്ചിരുന്ന വിദ്യാഭ്യാസവും ഇതിനൊരു കാരണമായിട്ടുണ്ടാവും. ആധുനികതാബോധമുള്ള മതനിരപേക്ഷമായി ചിന്തിക്കുന്ന മുസ്ലീങ്ങൾക്ക് പ്രതിപത്തിയുണ്ടായിരുന്നത് കോൺഗ്രസിലെ ഇടതുപക്ഷക്കാരനായ നെഹ്റുവിനോടായിരുന്നു. ഇവരെയാണ് പ്രാഥമികമായെങ്കിലും 'മതനിരപേക്ഷവാദികൾ' എന്ന് വിളിക്കാനാവുമായിരുന്നത്. ഇവിടെ പരാമർശിച്ച മതനിരപേക്ഷത യാഥാസ്ഥിതികത്വത്തിന്റെ അനുരഞ്ജനം എന്ന അർത്ഥത്തിൽ കാണേണ്ടതില്ല.

ഈ വിഭാഗം എണ്ണത്തിൽ കുറവായിരുന്നു. ഇവരെ കോൺഗ്രസ് നേതാക്കൾ തന്നെ സംശയദൃഷ്ടിയോടെയാണ് വീക്ഷിച്ചിരുന്നത്. മറ്റൊരുതരത്തിൽ പറഞ്ഞാൽ സാമൂഹികമായ യാഥാസ്ഥിതികത്വത്തിന്റെ ഒരു മുന്നണി എന്ന നിലയിൽ കോൺഗ്രസിനെ കണ്ടിരുന്ന ഗാന്ധിജി, ആസാദ്, പട്ടേൽ സഖ്യം മുസ്ലീം ദേശീയവാദികളെ വലിയതോതിൽ വിലമതിച്ചിരുന്നെങ്കിലും അവരെ മുസ്ലീം മതനിരപേക്ഷവാദികൾ എന്ന നിലയിൽ ഉപയോഗപ്പെടുത്താൻ കോൺഗ്രസിന് കഴിഞ്ഞില്ല.

ഗാന്ധിജിയെ പോലെ ബഹുജനങ്ങളെ ആകർഷിക്കാൻ കഴിവുള്ള ഒരു നേതാവുണ്ടായിട്ടും മുസ്ലീം ജനസാമാന്യത്തെ കൂടെ നിർത്തുന്നതിൽ കോൺഗ്രസ് പരാജപ്പെട്ടതെന്തുകൊണ്ട്? അതിന് മുഖ്യമായും മൂന്നു കാരണങ്ങൾ ഉണ്ട്. ഇന്ത്യയിലെ രാഷ്ട്രീയ ജീവിതത്തിനിടയിൽ 1915 മുതൽ 1919 വരെ മാത്രമാണ് ഗാന്ധിജി വർഗ്ഗരാഷ്ട്രീയത്തിന്റെ ഭാഷ ഉപയോഗിച്ച് ജനത്തെ അഭിസംബോധന ചെയ്തത്. അത് മുഖ്യമായും മൂന്നുസമരങ്ങളുടെ കാലമായിരുന്നു - അഹമ്മദാബാദ്, ഖേദ, ചമ്പാരൻ സമരങ്ങൾ. ഖിലാഫത്ത് പ്രസ്ഥാനം മുതൽ റൗലത്ത് സത്യഗ്രഹം വരെ അദ്ദേഹം വർഗ്ഗരാഷ്ട്രീയം പറഞ്ഞിട്ടില്ല. ഇതിലെല്ലാം തന്നെ മദ്ധ്യസ്ഥതയുടെ ഭാഷയിലാണ് അദ്ദേഹം സംസാരിച്ചത്. സംയമനത്തിന്റെയും ഉന്നതമായ ദേശീയ താല്പര്യത്തിന്റെയുമൊക്കെ ഭാഷയായിരുന്നു അദ്ദേഹത്തിന്റേത്. രണ്ടാമതായി ഒരു സാമൂഹിക പരിഷ്കർത്താവെന്ന നിലയിൽ ഗാന്ധിജി ഒരു ഹിന്ദു സാമൂഹ്യപരിഷ്കർത്താവായിരുന്നു. ഇസ്ലാമിക ശരിയത്തിൽ വരുത്തേണ്ട പരിഷ്കാരങ്ങളെക്കുറിച്ച് അദ്ദേഹം നിശ്ശബ്ദത പാലിച്ചു. രാമരാജ്യ കാഴ്ചപ്പാട് പിന്തുടർന്നിരുന്ന ഗാന്ധിജിക്ക് മുസ്ലീങ്ങളായ കർഷക ജനതയോട് പറയാൻ ഒന്നും തന്നെ ഉണ്ടായിരുന്നില്ല. മൂന്നാമതായി ആധുനിക മുസ്ലീം മദ്ധ്യവർഗ്ഗമല്ല. *ഖുറാൻ* പൂർണ്ണമായി പിന്തുടരുന്നവർ മാത്രമാണ് മുസ്ലീങ്ങളെ നയിക്കേണ്ടത് എന്നതായിരുന്നു അദ്ദേഹത്തിന്റെ കാഴ്ചപ്പാട്. ഗാന്ധിജി ഹിന്ദു കോൺഗ്രസുകാരെയും ആസാദ് മുസ്ലീം കോൺഗ്രസുകാരെയും നയിക്കുക, കോൺഗ്രസ് ഹിന്ദു-മുസ്ലീം സമരസതയുടെ പ്രതീകമായി നിലകൊള്ളുക, ഇതായിരുന്നു ഗാന്ധിയൻ സമീപനം.

ഇത് ഒരു ശൂന്യതയുണ്ടാക്കി. വർഗ്ഗപരമായി ഹിന്ദു കർഷകരും മുസ്ലീം കർഷകരും നേരിടുന്ന പ്രശ്നങ്ങൾ അഭിമുഖീകരിക്കാൻ കോൺഗ്രസ് തയ്യാറായില്ല. ആ ശൂന്യതയിലേക്ക് മുസ്ലീം വർഗ്ഗീയവാദം കടന്നുകയറി. ബംഗാളിലും പഞ്ചാബിലും മുസ്ലീം കർഷകരെ ചൂഷണം ചെയ്യുന്നത് ഹിന്ദുക്കളായ ഭൂപ്രഭുക്കളായിരുന്നു. സിന്ധിലെ ഹിന്ദുക്കളായ പലിശപ്പണക്കാരാണ് അവിടത്തെ മുസ്ലീം കർഷകരെ ചൂഷണത്തിന് വിധേയമാക്കിയിരുന്നത്. എന്നാൽ ഇവർ ഹിന്ദു കർഷകരെയും ചൂഷണം ചെയ്തിരുന്നു. അത് മറച്ചുവെച്ച് ഈ ചൂഷണത്തിൽനിന്നുള്ള വിമോചനം മുസ്ലീങ്ങൾക്ക് പാകിസ്ഥാൻ അനുവദിച്ചു കിട്ടുന്നതോടെ ലഭ്യമാവും

എന്ന് പ്രചരിപ്പിക്കാൻ മുസ്ലീം വർഗ്ഗീയവാദികൾക്ക് കഴിഞ്ഞു. ഗാന്ധിജി ഈ ജനവിഭാഗത്തിനെ ഇസ്ലാമിക യാഥാസ്ഥിതികത്വത്തിന്റെ ദയാദാക്ഷിണ്യത്തിന് വിട്ടുകൊടുത്തിരിക്കുകയായിരുന്നു. ആസാദിനാവട്ടെ സാധാരണ മുസ്ലീം ജനങ്ങളുമായി യാതൊരു ബന്ധവുമുണ്ടായിരുന്നില്ല. നെഹ്റുവിനാകട്ടെ മുസ്ലീം ജനവിഭാഗത്തിനെ നയിക്കാൻ അനുമതി നല്കപ്പെട്ടിരുന്നില്ല. മുസ്ലീം കർഷകർ, കർഷകരായിട്ടല്ല, മുസ്ലീങ്ങളായാണ് അഭിസംബോധന ചെയ്യപ്പെട്ടത്. കാരണം അന്നത്തെ ഇന്ത്യൻ ദേശീയതയ്ക്ക് വർഗ്ഗ പ്രശ്നങ്ങളെ അഭിമുഖീകരിക്കാൻ ത്രാണിയുണ്ടായിരുന്നില്ല. വർഗ്ഗരഹിത, ഗാന്ധിയൻ, ഈശ്വരവിശ്വാസാധിഷ്ഠിത പരിഷ്കരണ ലോകത്ത് മുസ്ലീം കർഷകർ ജിന്നയുടെ അനുയായിയായി മാറുകയും ഇന്ത്യ വിഭജനത്തിന് വിധേയമാവുകയും ചെയ്തു.

മതനിരപേക്ഷതയുടെ പ്രതിസന്ധി

ആയിരത്തിത്തൊള്ളായിരത്തി ഇരുപതുകളോടെയാണ് ബഹുജനങ്ങൾ ഇന്ത്യൻ രാഷ്ട്രീയത്തിൽ സജീവമായി ഇടപെടാൻ തുടങ്ങിയത്. അന്നു മുതൽ വ്യത്യസ്തങ്ങളായ മൂന്ന് സാംസ്കാരിക ധാരകൾ ഇന്ത്യയിൽ ആധിപത്യം നേടുന്നതിനായി പരിശ്രമിച്ചുവരികയാണ്. അതിൽ ഒന്ന് ഇടതുപക്ഷ കാഴ്ചപ്പാടാണ്. തീർത്തും ആധുനികവും പൗരബോധാധിഷ്ഠിതവും മതനിരപേക്ഷവും ജനാധിപത്യപരവും സമത്വാധിഷ്ഠിതവുമാണ് അത്. എന്നാൽ ഇന്ന് ഇന്ത്യയിൽ നിലനില്ക്കുന്ന മുതലാളിത്ത വ്യവസ്ഥയിൽ, വിശിഷ്യാ പുരുഷാധിപത്യപരവും ജാതിമേധാവിത്താധിഷ്ഠിതവുമായ അവസ്ഥയിൽ, അതിന് മേധാവിത്തം നേടാനാവുന്നില്ല. അതിനാൽ അത് അരികുവല്ക്കരിക്കപ്പെടുന്ന സ്ഥിതിയുണ്ടായി. രണ്ടാമത്തേത് ദേശീയ സ്വാതന്ത്ര്യപ്രസ്ഥാനത്തിന്റേതാണ്. സാമൂഹ്യപരിഷ്കരണം, വ്യാവസായിക മുതലാളിത്തം, രാഷ്ട്രീയ ജനാധിപത്യം എന്നിവയാണ് അതിന്റെ മുഖ്യസവിശേഷതകൾ. ചുരുക്കിപ്പറഞ്ഞാൽ ആധുനിക മുതലാളിത്തവ്യവസ്ഥ. ഇവയ്ക്കു രണ്ടിനും എതിരായി നിലവിൽ വന്നതും പിന്നീട് പൂർണ്ണമായും ആർ എസ് എസ് കൈപ്പിടിയിൽ ഒതുക്കിയതുമായ യാഥാസ്ഥിതികവും ജാതിഅധിഷ്ഠിതവും ആയ കുലീനപക്ഷപാതിത്വ വ്യവസ്ഥയാണ് മൂന്നാമത്തേത്.

ഇതിൽ കമ്യൂണിസ്റ്റ് പ്രസ്ഥാനത്തിനും ഇടതുപക്ഷത്തിന് പൊതുവെയും ഊർജ്ജം ലഭിച്ചത് മാർക്സിസത്തിൽ നിന്നായിരുന്നുവെങ്കിൽ, ഹിന്ദുതീവ്രവാദത്തിന് ഊർജ്ജദായകമായത് സാക്ഷാൽ ഫാസിസം തന്നെയായിരുന്നു. അതിന്റെ നേതാക്കളായ മൂഞ്ചെക്കും ശ്യാമപ്രസാദ് മുഖർജിക്കുമൊക്കെ ഇറ്റാലിയൻ ഫാസിസ്റ്റുകളുമായുണ്ടായിരുന്ന നേരിട്ടുള്ള ബന്ധം ഇതാണ് വ്യക്തമാക്കുന്നത്. ഈ രണ്ടു കാഴ്ചപ്പാടുകളും

ഏറ്റുമുട്ടുന്നത് സ്വാഭാവികം. കാരണം ദേശീയമായും സാർവ്വദേശീയമായും ഇവ പരസ്പരവിരുദ്ധവും തമ്മിൽ ഏറ്റുമുട്ടുന്നതുമായ വീക്ഷണങ്ങൾ തന്നെയാണ്.

രാജ്യത്തിനകത്ത് ഇതിന് രണ്ടിനുമല്ല മൂന്നാമതൊന്നിനായിരുന്നു ആധിപത്യം. അതാണ് സ്വതന്ത്ര ഭരണത്തിനുകീഴിലെ മുതലാളിത്ത ജനാധിപത്യം. അതുകൊണ്ടുതന്നെ ജനാധിപത്യ മൂല്യങ്ങൾ ഉയർത്തിപ്പിടിക്കുന്ന ഒരു സംസ്കാരമാണോ അതോ വെറുപ്പിന്റെയും ക്രൗര്യത്തിന്റെയും സംസ്കാരമാണോ ഇന്ത്യയിൽ ആധിപത്യം ചെലുത്തേണ്ടത് എന്ന് നിശ്ചയിക്കുന്നത് ഈ മൂന്ന് വീക്ഷണങ്ങൾ തമ്മിലുള്ള ശാക്തിക ബലാബലമാണ്. ഇടത്-മദ്ധ്യ-വലത് നിലപാടുകൾ എന്ന് ഇവയെ വിശേഷിപ്പിക്കാം. ഇതിൽ ഇടതിനെ ഒഴിവാക്കുന്നതിന് വേണ്ടി മദ്ധ്യപക്ഷം വലതിനെ ആശ്രയിക്കാൻ തുടങ്ങിയതോടെയാണ് ഇന്ത്യയിൽ നിലനിന്നിരുന്ന സന്തുലിതാവസ്ഥ തകരാൻ തുടങ്ങിയത്. ഇന്ത്യൻ മുതലാളിവർഗ്ഗത്തിന്റെ നെഹ്റൂവിയൻ കാലഘട്ടത്തിലെ പുരോഗമന ദേശീയതയുമായി മാർക്സിസ്റ്റ് ഇടതുപക്ഷത്തിന് സംവാദത്തിന് സാദ്ധ്യതയുണ്ടായിരുന്നു. അത് ഉപയോഗപ്പെടുത്തുകയും ചെയ്തിട്ടുണ്ട്. ഇന്ത്യൻ ദേശീയതയുടെ കുറവുകൾ പരിഹരിക്കുന്നതിനായിരുന്നു ആ സംവാദം. അന്നാവട്ടെ വർഗ്ഗീയ വലതുപക്ഷം പാർശ്വവല്ക്കരിക്കപ്പെട്ട അവസ്ഥയിലുമായിരുന്നു. ആത്മീയ പാരമ്പര്യങ്ങൾ അന്ന് ചർച്ച ചെയ്യപ്പെട്ടത് പുനരുജ്ജീവന ചട്ടക്കൂടിൽ നിന്നുകൊണ്ടായിരുന്നില്ല മറിച്ച് വിമർശനാത്മകമായിട്ടായിരുന്നു; ഒരു സമത്വാധിഷ്ഠിത സമൂഹം കെട്ടിപ്പടുക്കുക എന്ന വിശാലപദ്ധതിയുടെ അടിസ്ഥാനത്തിൽ ആയിരുന്നു. എന്നാൽ ഇന്ത്യൻ ബൂർഷ്വാസി ഭൂപ്രഭുത്വവുമായി സന്ധിചെയ്യുകയും സാമ്രാജ്യത്വവുമായി സഹകരണം ശക്തിപ്പെടുത്താൻ ആരംഭിക്കുകയും ചെയ്തതോടെ ഇന്ത്യയിൽ അനുവർത്തിച്ചുവന്നിരുന്ന മതനിരപേക്ഷത പോലും ദുർബ്ബലപ്പെടുന്നതിനിടയായി. ഈ നയങ്ങൾമൂലം കർഷക ജനവിഭാഗത്തിനെ ശാക്തീകരിക്കാനോ ആധുനികവും മതനിരപേക്ഷവും ആയ ഒരു രാഷ്ട്രം കെട്ടിപ്പടുക്കാനോ കഴിഞ്ഞില്ല.

ഇത് ഇന്ത്യൻ മതനിരപേക്ഷതയെ പ്രതിസന്ധിയിലേക്ക് നയിച്ചു. ഇതിന് മുഖ്യമായും രണ്ടു കാരണങ്ങളുണ്ട്. ഇന്ത്യയിൽ ഇടതുപക്ഷം ദുർബ്ബലമാണ്. അവരുടെ എണ്ണത്തേക്കാൾ കൂടുതൽ സ്വാധീനം അവർക്കുണ്ട്. എന്നാൽ വലതുപക്ഷമാകട്ടെ ലിബറൽ വലതുപക്ഷത്തിന്റെയും തീവ്രവലതുപക്ഷത്തിന്റെയും ഒരു മിശ്രിതമാണ്. ഇവരുടെ സ്വാധീനം ഏതാനും സംസ്ഥാനങ്ങളിൽ മാത്രമാണ് ശക്തമായിരിക്കുന്നത്. കേന്ദ്രത്തിലാവട്ടെ അധികാരത്തിൽ വന്നതിന് ശേഷം അവർ ദുർബ്ബലമായിവരികയാണ്. വടക്കേ ഇന്ത്യയിൽ മേധാവിത്വമുള്ള ചില വർഗ്ഗങ്ങളിലെ ശക്തമായ ചില ഘടകങ്ങൾ, ഒപ്പം മുൻരാജകുടുംബാംഗങ്ങൾ, മാർവാഡി മുതലാളിമാർ ഒക്കെ ആർ എസ് എസിനെ ഒരുതരം പ്രതികാരദാഹത്തോടെ പിന്തുണയ്ക്കുന്നവരാണ്. വാജ്പേയി ഗ്വാളിയോറിൽനിന്ന് ആദ്യമായി തിരഞ്ഞെടുക്കപ്പെട്ടതിൽ ഈ വികാരമാണ് പ്രതി

ഫലിച്ചു കണ്ടത്. ബൂർഷ്വാ രാഷ്ട്രീയരംഗത്തെ ചില കുലീനർ ഇവരുമായി സൗഹൃദത്തിൽ ആയിരുന്നു. പട്ടേൽ മുതൽ ഗുൽസാരിലാൽ നന്ദയും കരൺസിങ്ങും വരെയുള്ള നിരവധി പേർക്ക് ആർ എസ് എസിനെ വിശ്വാസമായിരുന്നു. അവർ അവരുമായി സഹകരിക്കുകയും ചെയ്തിരുന്നു.

ഇന്നത്തെ പ്രതിസന്ധിയിലേക്ക് ഇന്ത്യയെ നയിച്ചതിൽ ഇന്ത്യ ഇന്ന് പിന്തുടരുന്ന സാമ്പത്തികനയവും വലിയ പങ്ക് വഹിച്ചിട്ടുണ്ട്. വ്യത്യസ്തങ്ങളായ ദേശീയ അസ്തിത്വങ്ങളെ ഭാഷാപരമായും സാംസ്കാരികമായും ഒന്നിപ്പിക്കേണ്ടത് മുതലാളിത്ത വിപണിയുടെ വളർച്ചയ്ക്ക് അത്യന്താപേക്ഷിതമാണ്. ഈ മുതലാളിത്ത വിപണിയുടെ സന്തതിയായാണ് ഏതൊരു രാഷ്ട്രത്തിനും ഒരു ഏകീകൃത ദേശീയഭാഷയും ഒരു ഏകീകൃത ദേശീയ സംസ്കാരവും എന്ന സങ്കല്പനങ്ങൾ വളർന്നുവരുന്നതും വളർത്തിയെടുക്കുന്നതും. ആർ എസ് എസ് മുന്നോട്ടുവെക്കുന്ന ഹിന്ദി-ഹിന്ദു-ഹിന്ദുസ്ഥാൻ എന്ന മുദ്രാവാക്യം ഇതിന്റെ ഇന്ത്യൻ രൂപമാണ്. അമേരിക്കയിൽ കുടിയേറുന്നവരോട് അവർ ആവശ്യപ്പെടുന്നത് സ്വന്തം ഭാഷ മറക്കാനും ഇംഗ്ലീഷ് മാത്രം ഉപയോഗിക്കാനുമാണ്. അമേരിക്കയിൽ ജനിച്ച കറുത്തവർഗ്ഗക്കാരോടും കുടിയേറ്റക്കാരോടും അവർ ആവശ്യപ്പെടുന്നത് ബഹുസ്വര സംസ്കാരം വിട്ട് അമേരിക്കൻ ജീവിത രീതിയിലേക്ക് മാറാൻ ആണ്. പശ്ചിമ യൂറോപ്യൻ രാജ്യങ്ങളിൽ വളർന്നുവരുന്ന നവഫാസിസ്റ്റ് പ്രസ്ഥാനങ്ങളും വലതുപക്ഷവും അവകാശപ്പെടുന്നത് അവരുടെ സാംസ്കാരിക വിശുദ്ധിയെ തകർത്തത് ഏഷ്യയിൽ നിന്നും ആഫ്രിക്കയിൽനിന്നും വരുന്ന കുടിയേറ്റക്കാർ ആണെന്നാണ്. അഫ്ഗാനിസ്ഥാനിലും ഇറാനിലും അറബ് ലോകത്തുമൊക്കെ ഇതിന്റെ ഇസ്ലാമിക രൂപങ്ങളും കണ്ടെത്താനാവും. ആഗോളതലത്തിൽ രൂപംകൊണ്ട ഈ കൊടുങ്കാറ്റ് ഇന്ന് ഇന്ത്യയിലും ആഞ്ഞുവീശിക്കൊണ്ടിരിക്കുകയാണ്. പൈശാചികവും കടന്നാക്രമണപരവുമായ ഈ സ്വത്വ രാഷ്ട്രീയത്തിന് ഇന്ത്യൻ ജനതയെയും കീഴ്പ്പെടുത്താനാണ് ശ്രമം. എന്നാൽ ഇന്ത്യൻ റിപ്പബ്ലിക്കിന്റെ അടിസ്ഥാന കാഴ്ചപ്പാട് സാമ്രാജ്യത്വ വിരുദ്ധതയിൽനിന്ന് ഉയർന്നുവന്നതാണ്. ഇന്ത്യൻ ഭരണഘടന ലക്ഷ്യമിടുന്നത് ആധുനികവും വ്യവസായവല്കൃതവും മതനിരപേക്ഷവും ഐശ്വര്യപൂർണ്ണവുമായ ഒരു രാഷ്ട്രം കെട്ടിപ്പടുക്കുന്നതിനാണ്. അതിന്റെ അടിസ്ഥാനം ഭാഷാവൈവിദ്ധ്യംകൊണ്ടും വ്യത്യസ്ത മതവിശ്വാസങ്ങൾ കൊണ്ടും സാംസ്കാരിക ബഹുസ്വരതകൊണ്ടും പ്രാദേശികമായ വ്യത്യസ്തതകൾകൊണ്ടും സമ്പന്നമായിരിക്കണം. എങ്ങനെയാണ് ഈ ബഹുസ്വരത സംരക്ഷിക്കാനാവുക എന്നതാണ് പ്രശ്നം. സമത്വാധിഷ്ഠിതമായ ഒരു രാഷ്ട്രം സാംസ്കാരിക ബഹുസ്വരത നിലനിർത്തിക്കൊണ്ട് കെട്ടിപ്പടുക്കണമെങ്കിൽ ഇന്ത്യ സോഷ്യലിസ്റ്റായി മാറണം. കാരണം അവിടെ അധികാരം മുകളിൽനിന്ന് കെട്ടിയേല്പിക്കപ്പെടുകയല്ല മറിച്ച് താഴെനിന്ന് ഉയർന്നുവരികയാണ് ചെയ്യുക.

സാമ്രാജ്യത്വത്തിന്റെ ദശാമാറ്റം

സാമ്രാജ്യത്വ വിരുദ്ധ ഇന്ത്യൻ ദേശീയതയെ സാംസ്കാരിക ദേശീയതയോ ഹിന്ദു ദേശീയതയോ മാത്രമാക്കി ചുരുക്കുകയും ഇന്ത്യൻ ദേശീയതയുടെ ഭാഗമായിരുന്ന സാമ്പത്തിക ദേശീയതയെ പൂർണ്ണമായി ഒഴിവാക്കുകയും ചെയ്യുന്ന സംഘപരിവാർ തന്ത്രത്തിന് പിന്നിൽ ആഗോളതലത്തിൽ തന്നെ സാമ്രാജ്യത്വത്തിനുണ്ടായ ദശാമാറ്റത്തിന് വലിയ പങ്കുണ്ട്. എന്തൊക്കെയാണ് ഈ മാറ്റങ്ങൾ എന്ന് നാം വരുന്ന അദ്ധ്യായങ്ങളിൽ പരിശോധിക്കുന്നുണ്ട്. എന്തൊക്കെയാണ് ആഗോളവല്ക്കരണ കാലഘട്ടത്തിന്റെ (നവലിബറൽ കാലഘട്ടം) സവിശേഷതകൾ എന്ന് നോക്കാം. ചരക്കുകളുടെയും മൂലധനത്തിന്റെയും സ്വതന്ത്രമായ പ്രയാണം, വിവര സാങ്കേതികവിദ്യയുടെയും സഞ്ചാരസാമഗ്രികളുടെയും വ്യാപകമായ ഉപയോഗം, വിനോദോപാധികളുടെയും സാംസ്കാരികോല്പന്നങ്ങളുടെയും കേന്ദ്രീകൃതമായ ഉല്പാദനവും ആഗോളതലത്തിലുള്ള വിപണനവും, ഐ എം എഫ്, ലോകബാങ്ക്, ലോകവ്യാപാര സംഘടന തുടങ്ങിയ ദേശാതീത സംഘടനകൾ, അവയുടെ നിർദ്ദേശാനുസരണം നടക്കുന്ന ദേശാന്തരീയ ക്രയവിക്രയങ്ങൾ എന്നിവയൊക്കെയാണ് ഈ കാലഘട്ടത്തിന്റെ സവിശേഷതകൾ. ഇതിൽ മുഖ്യമായും അടങ്ങിയിരിക്കുന്നത് അർത്ഥശാസ്ത്രരംഗത്തെ (Political Economy) മാറ്റങ്ങൾ തന്നെയാണ്. അർത്ഥശാസ്ത്രരംഗത്തെ മാറ്റങ്ങൾ സാമ്പത്തിക രംഗത്ത് നടക്കുന്ന മാറ്റങ്ങളും അതിനനുസൃതമായി നിയമനിർമ്മാണ രംഗത്ത് നടക്കുന്ന മാറ്റങ്ങളും മാത്രമായി ഒതുങ്ങുന്നില്ല. അത് മനുഷ്യന്റെ ജീവിതാവസ്ഥകളെ അപ്പാടെ മാറ്റിമറിച്ചുകൊണ്ടിരിക്കുകയാണ്; 'പൊതുവായ ജീവിതരീതി'യെ തന്നെ മാറ്റിമറിച്ചുകൊണ്ടിരിക്കുകയാണ്. ആഗോളതലത്തിൽ ധനമൂലധനശക്തികൾക്കുണ്ടായ വളർച്ചയാണ് നവ

ലിബറൽ നയങ്ങളിലേക്ക് നയിച്ചത്. ഇന്ത്യയിൽ പുത്തൻ സാമ്പത്തിക നയങ്ങൾ എന്ന പേരിൽ നവലിബറൽ നയങ്ങൾ അവതരിപ്പിക്കപ്പെടുന്നതിന് മുമ്പ് ദേശീയവ്യവസായങ്ങളെയും കാർഷികരംഗത്തെയും ഒക്കെ സംരക്ഷിക്കുന്ന സാമ്പത്തിക നയമാണ് ഉണ്ടായിരുന്നതെങ്കിൽ ഇന്നത് സമ്പദ്‌വ്യവസ്ഥ ആഗോളധനമൂലധനശക്തികൾക്ക് തുറന്നിട്ടുകൊടുക്കുന്ന നവലിബറൽ നയങ്ങളിലേക്ക് മാറിയിരിക്കുന്നു.

ദേശരാഷ്ട്രങ്ങൾക്കും ദേശാതിർത്തികൾക്കും അതീതമായി ധനമൂലധനത്തിന്റെ കടന്നുകയറ്റത്തെ അനുവദിക്കുന്ന ഒന്നാണ് നവലിബറൽ നയങ്ങളുടെ നടത്തിപ്പുകൊണ്ട് ഉദ്ദേശിക്കുന്നത്. അങ്ങനെയെങ്കിൽ നവലിബറൽ നയങ്ങളുടെ നടത്തിപ്പിന്റെ ഭാഗമായി ദേശരാഷ്ട്രങ്ങൾ തകരേണ്ടതല്ലേ? ദേശരാഷ്ട്രങ്ങൾ തകരുന്നില്ല എന്ന് മാത്രമല്ല കൂടുതൽ ശക്തിപ്പെടുകയും ദേശീയത തന്നെ സങ്കുചിത ദേശീയതയായി മാറുകയും ചെയ്യുന്ന സ്ഥിതിയാണിന്ന് നിലവിലുള്ളത്. നിലനില്ക്കുന്ന മുതലാളിത്ത വ്യവസ്ഥയിൽ മൂലധനത്തിന്റെ പ്രവർത്തന മേഖല ദേശാന്തരമായിത്തീരുകയും തുടർന്ന് ദേശാന്തരീയമായിത്തന്നെ അത് തുടർന്നുകൊണ്ടിരിക്കുകയും ചെയ്യണമെങ്കിൽ അല്ലെങ്കിൽ മുതലാളിത്ത ഉല്പാദന-പുനരുല്പാദന പ്രക്രിയകൾ ദേശാന്തരീയമായി ശക്തിപ്പെടുത്തണമെങ്കിൽ രാഷ്ട്രീയ നിയന്ത്രണത്തിനുള്ള ഉപകരണമായി ദേശരാഷ്ട്രം തന്നെ നിലനില്ക്കുകയും ശക്തിപ്പെടുകയും ചെയ്യേണ്ടത് ഒരാവശ്യമാണ് എന്നതാണ് ഇത് നിലനില്ക്കുന്ന സ്ഥിതി.

മൂലധനത്തിന്റെ ദേശാന്തരീകരണവും ദേശരാഷ്ട്രങ്ങളുടെ രൂപീകരണവും ഏകകാലികമാണ്; എന്നാൽ വൈരുദ്ധ്യാത്മകവുമാണ്. ഇവ തമ്മിലുള്ള ബന്ധമാവട്ടെ യാദൃച്ഛികമല്ല, മറിച്ച് ഘടനാപരമാണ്. ഈ ഘടനാപരമായ ബന്ധത്തിന് പിന്നിൽ പ്രധാനമായും മൂന്നുകാരണങ്ങൾ പ്രവർത്തിക്കുന്നതായി കാണാൻ കഴിയും. ഒന്നാമതായി, മൂലധനത്തിന്റെ പ്രവർത്തന സ്വഭാവം അനുസരിച്ച് അത് നിരന്തരം സഞ്ചയിക്കപ്പെട്ടുകൊണ്ടിരിക്കുകയാണെന്നതിനാലും വളരുകയാണെന്നതിനാലും അതിന് ഏതെങ്കിലും ഒരു ദേശരാഷ്ട്രത്തിൽ മാത്രമായി ഒതുങ്ങാൻ ആവില്ല; ദേശാന്തരീയമായി വളരുക എന്നതാണ് അതിന്റെ സ്വാഭാവികമായ വളർച്ചാ പ്രവണത. എന്നാൽ മുതലാളിത്ത വർഗ്ഗങ്ങൾ എപ്പോഴും കാണപ്പെടുന്നത് ദേശീയമായിത്തന്നെയാണ്. അവരുടെ പ്രവർത്തന കേന്ദ്രത്തിൽ പരമാവധി സഞ്ചയിക്കുക എന്നതിലാണ് അവർക്ക് താല്പര്യം. രണ്ടാമതായി ദേശീയമായും ദേശാന്തരീയമായും തങ്ങളുടെ വ്യാപാരങ്ങളെ ലാഭകരവും സുരക്ഷിതവും ആക്കി നിലനിർത്തുന്നതിന് ഉറപ്പുണ്ടാക്കുന്നതിനായി സ്വന്തം ദേശരാഷ്ട്രങ്ങളുടെ കരുത്ത് അവർക്ക് ആവശ്യവുമാണ്. മൂന്നാമതായി നായകസ്ഥാനത്തിരിക്കുന്ന മുതലാളിത്ത സ്ഥാപനങ്ങളുടെ പ്രവർത്തനങ്ങൾക്ക് ദേശാന്തരീയമായി വളരുന്നതിനുള്ള സ്വതസിദ്ധമായ ഒരു പ്രവണതയുണ്ടെങ്കിലും അവരുടെ പ്രവർത്തനങ്ങൾ സാർവ്വദേശീയമായ തൊഴിൽ വിഭജനത്തിന്റെ അടിസ്ഥാന

ത്തിലേ ലാഭകരമായി നടത്താനാവൂ എന്നതിനാൽ അത്തരം സാമ്പത്തിക ഇടങ്ങളുടെ ദേശാടിസ്ഥാനത്തിലുള്ള ഭരണകൂടങ്ങൾക്ക് മാത്രമേ അതിനെ പ്രായോഗികമായി സഹായിക്കാനും സംരക്ഷിക്കാനും ആകൂ. ഇത് കൊളോണിയൽ സാമ്രാജ്യത്വം ഇല്ലാതാക്കപ്പെട്ടതിന് ശേഷം ഉള്ള നവലിബറൽ കാലഘട്ടത്തിൽ ദുർബ്ബലപ്പെടുകയല്ല കൂടുതൽ ശക്തിപ്പെടുകയാണ് ചെയ്തത്.

കൊളോണിയൽ കാലഘട്ടത്തിൽ ഇന്ത്യയിൽ വന്ന ബ്രിട്ടീഷ് മൂലധനത്തെ സംരക്ഷിക്കാൻ ബ്രിട്ടീഷുകാരായ ഭരണാധികാരികൾ തന്നെ ഉണ്ടായിരുന്നു. സ്വാതന്ത്ര്യാനന്തരം വന്ന വിദേശ മൂലധനത്തിന്റെ വളർച്ചയ്ക്ക് അനുയോജ്യമായ വിധം കുറഞ്ഞ കൂലിക്ക് അദ്ധ്വാനശേഷി വാങ്ങിക്കാനും അതുവഴി കൂടുതൽ മിച്ചമൂല്യം തട്ടിയെടുക്കാനും ഉള്ള അവസരം ഉറപ്പാക്കിക്കൊടുക്കുന്നത് ഇന്ത്യൻ ഭരണാധികാരികൾ തന്നെയാണ്. മുൻപൊരിക്കലും ഉണ്ടായിട്ടില്ലാത്തവിധം ഈ ബന്ധം ഇന്ന് ശക്തിപ്പെട്ടുവരികയാണ്. ഇതിനർത്ഥം ദേശീയവും ദേശാന്തരീയവുമായ ഇന്നത്തെ മൂലധനത്തിന് വേണ്ടത് ദുർബ്ബലമായ ഒരു ദേശരാഷ്ട്രത്തെയാണെന്നത് ശരിയല്ല; മറിച്ച് മൂലധനവുമായുള്ള ബന്ധത്തിന്റെ കാര്യത്തിൽ ദുർബ്ബലവും എന്നാൽ അദ്ധ്വാനശേഷിയെ ചൂഷണം ചെയ്യുന്ന കാര്യത്തിൽ ശക്തവുമായ ഒരു ദേശരാഷ്ട്ര ഭരണകൂടസംവിധാനത്തെയാണ്.

ദേശരാഷ്ട്രം ശാക്തീകരിക്കുന്നു

മൂലധനം ദേശാന്തരീയമായി വളരാൻ തുടങ്ങിയതോടെ ദേശീയ തലത്തിൽ പ്രവർത്തിച്ചുവന്നിരുന്ന മുതലാളിവർഗ്ഗത്തിന്റെ ദേശീയത മരിക്കുകയും കോളനി വിരുദ്ധത മാഞ്ഞുപോകയും ദേശീയമുതലാളിത്തവും ദേശാന്തരീയ മുതലാളിത്തവും തമ്മിലുള്ള ഒരു സഖ്യം പടിപടിയായി വളർന്നുവരികയും ചെയ്തു. ഈ പ്രക്രിയയ്ക്കിടയിൽ മൂലധനം കയറ്റുമതിചെയ്യുന്ന അമേരിക്കപോലുള്ള രാജ്യങ്ങളിലെ ഭരണകൂടങ്ങൾ അവരവരുടെ ബൂർഷ്വാസിയുടെ ആഗോളതലപ്രവർത്തനങ്ങളെ സംരക്ഷിക്കുന്നതിന് ശക്തമായ നടപടികൾ സ്വീകരിക്കുകയും അതേ സമയം മുൻകോളനികളിലെ ബൂർഷ്വാഭരണകൂടങ്ങൾ അവരവരുടെ രാജ്യത്തെ തൊഴിലാളിവർഗ്ഗത്തിനെ അടിച്ചമർത്തുന്നത് ശക്തിപ്പെടുത്തുക വഴി ദേശീയവും ദേശാന്തരീയവുമായ മുതലാളിമാർ തമ്മിലുള്ള സഖ്യം ശക്തിപ്പെടുത്തുന്നതിന് അനുയോജ്യമായ കളമൊരുക്കി കൊടുക്കുകയും ചെയ്തു. ഈ പ്രക്രിയയ്ക്കിടയിൽ രണ്ടുവിഭാഗം മുതലാളിത്തവും അതായത് സാമ്രാജ്യത്വശക്തികളും അവയുടെ അധീശത്വത്തിന് വഴിപ്പെടുന്ന ദേശീയ ബൂർഷ്വാസിയും പിൻമടങ്ങലിന്റെ പാതയിലല്ല മറിച്ച് അക്രമണോത്സുകതയുടെ പാതയിലാണ് മുന്നേറിയത്. നവഉദാരവല്ക്കരണത്തിന്റെ പേരിൽ ഇന്ത്യയിൽ അടിച്ചേല്പിക്കപ്പെട്ട സാമ്പത്തിക നയങ്ങളായാലും സാമ്രാജ്യത്വ രാജ്യങ്ങളിൽ സാമ്രാജ്യത്വം ശക്തപ്പെടുന്നതിന് ആവശ്യമായ നയങ്ങളായാലും നടപ്പിലാക്കപ്പെട്ടത് കൂടുതൽ ശക്തമായ ഭരണകൂട ഇടപെടലിന്റെ ഭാഗമായിട്ടായിരുന്നു. രണ്ടിടത്തും ഭരണകൂടം കൂടുതൽ ശക്തിപ്പെടുകയാണ് ചെയ്തത്. ഇതിനിടയായത് യഥാർത്ഥ വൈരുദ്ധ്യം മൂലധനവും അദ്ധ്വാനവും തമ്മിലാണ് എന്നതിനാലാണ്. ദേശീയമായും ദേശാന്തരീയമായും മൂലധനശക്തികൾ ഒന്നിക്കുകയും അവർ അദ്ധ്വാനിക്കുന്ന ജനവിഭാഗങ്ങൾക്കെതിരായി നീങ്ങുകയും

ചെയ്തു.

ശക്തമായ ദേശരാഷ്ട്ര ഭരണകൂടമുള്ള രാജ്യത്തെ ബൂർഷ്വാസിക്ക് ശക്തമായി മുന്നോട്ടുനീങ്ങാനാവും എന്നതാണ് നവലിബറൽ കാലത്തെ സവിശേഷത. ആഗോള സാമ്പത്തിക വ്യവസ്ഥയിൽ അമേരിക്കൻ മുത ലാളിത്തത്തിന് മേൽകൈ ഉണ്ടാക്കാനായതിൽ അവരുടെ ഭരണകൂട ശക്തി നിർണ്ണായകമായ പങ്കുവഹിച്ചിട്ടുണ്ട്. അമേരിക്കൻ മുതലാളിത്ത ത്തിന് അവരുടെ രാജ്യത്തിന്റെ സൈനികമായ പിന്തുണ നല്കുന്നതിന് പോലും അവിടത്തെ ഭരണകൂടം സദാസന്നദ്ധമാണ്. ജർമ്മനിയും ജപ്പാനും പോലെ ലോകത്തെ പ്രമുഖമായ രണ്ടു സമ്പദ്വ്യവസ്ഥകൾക്ക് ഇന്ന് അമേരിക്കൻ നേതൃത്വം അംഗീകരിക്കേണ്ടിവരുന്നതിന്റെ പ്രധാന കാരണം അമേരിക്കയുടെ സൈനിക ശേഷിതന്നെയാണ്. പ്രതി സന്ധിയുണ്ടായാൽ ജപ്പാനും ജർമ്മനിയും സൈനികമായി ആശ്രയി ക്കുക അമേരിക്കയെയാണ്. ശക്തമായ ഭരണകൂടമുണ്ടാവുക എന്നത് വികസനത്തിന് അത്യന്താപേക്ഷിതമാണ് എന്ന ധാരണ പരന്നതിൽ ഈ സാർവ്വ ദേശീയ സാഹചര്യം വലിയ പങ്ക് വഹിക്കുന്നുണ്ട്.

അന്തർദ്ദേശീയരംഗത്ത് ഇന്ന് പ്രകടമാവുന്ന പ്രകടമായ പ്രതിഭാസം ദേശരാഷ്ട്രം ദുർബ്ബലപ്പെടുന്നതല്ല കൂടുതൽ ശാക്തീകരിക്കുന്നതാണ്. വിപണി നിയന്ത്രണം, നികുതി പിരിവ്, പ്രാദേശികയുദ്ധങ്ങൾ ഇവ യൊക്കെ നിയന്ത്രിക്കുന്ന സംവിധാനം എന്ന നിലയിലാണ് ഈ ശാക്തീ കരണം നടക്കുന്നത്. കോളനി വിരുദ്ധകാലത്തെ അപേക്ഷിച്ച് മിക്കവാറും നവസ്വതന്ത്രരാജ്യങ്ങളിൽ ഇന്ന് ധനമൂലധനശക്തികൾ ആഴ്ന്നിറങ്ങി യിരിക്കുന്നു. മിക്കവാറും ഭരണവർഗ്ഗങ്ങളും ഇന്ന് കൂടുതൽ മൂലധനം ആർജ്ജിച്ചിരിക്കുന്നു. അതുകൊണ്ടുതന്നെ ദേശരാഷ്ട്രവുമായുള്ള അവ രുടെ ബന്ധം കൂടുതൽ വൈരുദ്ധ്യാത്മകമായിരിക്കുന്നു. അവർ വിപണ നത്തിന് കൂടുതൽ സ്വാതന്ത്ര്യമനുവദിച്ചും ഉദാരവല്കൃത നയങ്ങൾ നട പ്പാക്കിയും മൂലധനവുമായി ബന്ധപ്പെട്ട കാര്യങ്ങളിൽ ഭരണകൂട നിയ ന്ത്രണങ്ങളെ ഒഴിവാക്കുകയും മറികടക്കുകയും ചെയ്യുന്നു. എന്നാൽ പശ്ചാത്തല സൗകര്യവികസനം, തൊഴിൽ നിയമരംഗങ്ങളിൽ തൊഴി ലാളികൾക്കെതിരായ നിയമനിർമ്മാണങ്ങൾ എന്നിവയിലൂടെ അദ്ധ്വാ നത്തെ മൂലധനശക്തികൾക്ക് ചൂഷണം നടത്തുന്നതിന് കൂടുതൽ സൗക ര്യപ്രദമാക്കിമാറ്റുന്നു. ആഭ്യന്തര മൂലധനശക്തികളും വിദേശമൂലധനശ ക്തികളും തമ്മിലുള്ള ഒത്തുതീർപ്പുകളും സമരസപ്പെടുത്തലുകളും ത്വരിതപ്പെടുത്തുന്നു. ചുരുക്കിപ്പറഞ്ഞാൽ കഴിഞ്ഞ അദ്ധ്യായത്തിൽ കണ്ടതുപോലെ ദേശരാഷ്ട്രങ്ങളിലെ മുതലാളിത്തവും ആഗോളശക്തി കളുടേതുപോലെ മൂലധനവുമായി ബന്ധപ്പെട്ട കാര്യങ്ങളിൽ ദുർബ്ബലവും എന്നാൽ അദ്ധ്വാനവുമായി ബന്ധപ്പെട്ട കാര്യങ്ങളിൽ കർക്കശവുമായ ഒരു ഭരണകൂട സംവിധാനത്തെയാണ് ഇന്ന് ആഗ്രഹിക്കുന്നത്. ഇതിന്റെ അടിസ്ഥാനത്തിലാണ് ഇന്ന് എല്ലാ ദേശരാഷ്ട്രങ്ങളിലും അദ്ധ്വാനിക്കുന്ന വർഗ്ഗത്തിനെ ചൂഷണം ചെയ്യുന്നത് ശക്തിപ്പെടുത്തുന്നതും സ്ത്രീക

ളെയും സാമൂഹ്യമായി അടിച്ചമർത്തപ്പെട്ട ജനവിഭാഗങ്ങളെയും കൂടുതൽ കൊള്ളയടിക്കുന്നതും പാരിസ്ഥിതിക ചൂഷണം നിർബ്ബാധം തുടരുന്നതും ആയ നിയമനിർമ്മാണങ്ങൾ നടത്തുന്നതും അതിന് അനുകൂലമായ പ്രത്യയശാസ്ത്ര ഉപരിഘടന രൂപപ്പെടുത്തുകയും ചെയ്യുന്നത്.

ഇന്നത്തെ സാമ്രാജ്യത്വത്തിന്റെ ഘടനാപരമായ അവസ്ഥയെ വൈരുദ്ധ്യാത്മകമായി പരിശോധിച്ചാൽ അത് മൂലധനം പ്രയോഗിക്കുന്നതിന് ആഗോളതലത്തിൽ ലഭ്യമായ എല്ലാ ഇടങ്ങളിലും തുളച്ചുകയറിക്കൊണ്ടിരിക്കുന്നതായും ഒപ്പം ദേശരാഷ്ട്രരൂപങ്ങളെ ശക്തിപ്പെടുത്തികൊണ്ടിരിക്കുന്നതായും കാണാൻ കഴിയും. ആഗോളവല്ക്കരണത്തിന്റെ ഭാഗമായി ദേശരാഷ്ട്രങ്ങളെ ദുർബ്ബലപ്പെടുത്തുകയല്ല മറിച്ച് അവയെ ശക്തിപ്പെടുത്തി തൊഴിലാളി വർഗ്ഗത്തെ ചൂഷണം ചെയ്യുന്നതിനായി കൂടുതൽ ഫലപ്രദമായി ഉപയോഗപ്പെടുത്തിക്കൊണ്ടിരിക്കുകയാണ്. ഉഭയകക്ഷി കരാറുകൾ നിയമപ്രകാരം നടപ്പിലാക്കുന്നതിനും, അന്തർദ്ദേശീയ നിയമങ്ങൾ നടപ്പിലാക്കുന്നതിനും ദേശീയ-ദേശാന്തരീയ വിപണി ശക്തികളെ സന്ധിപ്പിക്കുന്നതിനും വായ്പാ സംവിധാനങ്ങൾ ചിട്ടപ്പെടുത്തുന്നതിനും നിരവധി തരത്തിലുള്ള ഘടനാപരമായ പരിഷ്കാരങ്ങൾ നടപ്പാക്കുന്നതിനും ഒക്കെ ദേശാന്തരീയ മൂലധനശക്തികൾക്ക് ഇന്ന് ശക്തമായ ദേശരാഷ്ടങ്ങൾ ആവശ്യമാണ്. സാമ്രാജ്യത്വരാജ്യങ്ങളിൽ മാത്രമല്ല ദേശരാഷ്ട്രങ്ങളിലും ശക്തമായ ഭരണകൂടം ഒരു അവശ്യഘടകമായി മാറിയിരിക്കുന്നു.

മാത്രവുമല്ല, കൂടുതൽ കൂടുതൽ ആഗോളവല്ക്കരിക്കപ്പെട്ടുകൊണ്ടിരിക്കുന്ന ഒരു വിപണി വ്യവസ്ഥയുടെ സാമ്പത്തിക പ്രക്രിയകൾ കൈകാര്യം ചെയ്യുന്നതിന് ദേശരാഷ്ട്രങ്ങളും അവ തന്നെ ഭിന്നിച്ച് പുതിയ ദേശരാഷ്ട്രങ്ങളും രൂപപ്പെടുന്നത് എന്തുകൊണ്ട്? ഇതിന് മുഖ്യമായും മൂന്ന് കാരണങ്ങൾ ഉണ്ട്. മൂലധനത്തിന് അത് രൂപംകൊണ്ടതു മുതൽ തന്നെ അതിന്റെ പ്രവർത്തനങ്ങൾ ആഗോളതലത്തിലേക്ക് വികസിപ്പിക്കുന്നതിനുള്ള ഒരു പ്രവണത ജന്മസിദ്ധമായി ലഭ്യമായിട്ടുണ്ട്. അതോടൊപ്പം മൂലധനത്തിന്റെ ചലനാത്മകത അദ്ധ്വാനശേഷിയുടെ പലമടങ്ങ് വേഗത്തിലുമാണ്. അദ്ധ്വാനശക്തിക്ക് ആപേക്ഷികമായി ഉള്ള ഈ ചലനാത്മകത കുറവ് ഘടനാപരമായി വന്നു ചേരുന്ന അനുപേക്ഷണീയതയാണ്. സാമ്രാജ്യത്വശക്തികളും അല്ലാത്തവയും തമ്മിലുള്ള അസമമായ തൊഴിൽ വിഭജനത്തിൽനിന്നാണ് ഈ അനുപേക്ഷണീയത രൂപംകൊള്ളുന്നത്. സാമ്രാജ്യത്വത്തിന് കീഴ്പ്പെടുന്ന രാജ്യങ്ങളിൽ സാമ്രാജ്യത്വ രാജ്യങ്ങളെ അപേക്ഷിച്ച് അദ്ധ്വാനം കുറഞ്ഞ ചെലവിൽ ലഭ്യമാവും. വിലകളെല്ലാം നിശ്ചയിക്കുന്നത് വിപണിയാണെന്നും അതുകൊണ്ട് കൂലിയും അങ്ങനെയാണെന്നും ഒക്കെ സാമ്പത്തികശാസ്ത്രം പൊതുവിൽ പഠിപ്പിക്കുന്നുണ്ട്. എന്നാൽ അദ്ധ്വാനത്തിന്റെ വില നിശ്ചയിക്കുന്നത് ചരിത്രപരമായിത്തന്നെയാണ്. ദേശരാഷ്ട്രഭരണം അദ്ധ്വാനത്തിന്റെ വില നിശ്ചയിക്കുന്ന ചരിത്രപരമായ ഒരു ഘടകംതന്നെയാണ്.

ലെനിൻ ഇന്നും ശരി

സാമ്രാജ്യത്വത്തെ വളരെ ആധികാരികമായി നിർവ്വചിച്ചത് ലെനിനാണ്. ലെനിന്റെ സാമ്രാജ്യത്വത്തെക്കുറിച്ചുള്ള നിർവ്വചനം ചരിത്രപരമായിരുന്നു. എന്നാൽ സാമ്രാജ്യത്വം അതിനുശേഷം ഒരു നൂറ്റാണ്ടുകൂടി പിന്നിട്ടു. ബാങ്കിങ് മൂലധനം വ്യവസായമൂലധനവുമായി ലയിച്ചു ചേരുകയും വ്യവസായ മൂലധനത്തെ ബാങ്കിങ് മൂലധനം നിയന്ത്രിക്കാനാരംഭിക്കുകയും ചെയ്തകാലത്താണ് ലെനിൻ സാമ്രാജ്യത്വത്തെ നിർവ്വചിച്ചത്. എന്നാൽ അതിനുശേഷം നടന്ന വ്യത്യസ്ത രീതികളിലുള്ള ചൂഷണത്തിന്റെ ഭാഗമായി ധനമൂലധനം വൻതോതിൽ വളർച്ച നേടി. അന്ന് ധനമൂലധനശക്തികൾ ദേശരാഷ്ട്രാധിഷ്ഠിതമായാണ് പ്രവർത്തിച്ചുവന്നിരുന്നതെങ്കിൽ ഇന്നത് അന്തർദ്ദേശീയാടിസ്ഥാനത്തിൽ ആയി മാറിയിരിക്കുന്നു. വികസിത രാജ്യങ്ങളിലും അവികസിത രാജ്യങ്ങളിലുമുള്ള ധനമൂലധനം സ്വാംശീകരിക്കാൻ വികസിത മുതലാളിത്ത രാജ്യങ്ങളിലെ ധനമൂലധന ശക്തികൾക്ക് കഴിഞ്ഞതിനാലും ദേശരാഷ്ട്ര ഭേദമെന്യേ ഒന്നിക്കേണ്ടത് സ്വന്തം വളർച്ചയ്ക്ക് ആവശ്യമാണെന്ന് ബോദ്ധ്യപ്പെട്ടതിനാലുമാണ് ഈ ആഗോളതല വളർച്ചയുണ്ടായത്. ഇതോടെ സാമ്രാജ്യത്വരാജ്യങ്ങൾ തമ്മിൽത്തമ്മിലുള്ള വൈരുദ്ധ്യം തല്ക്കാലത്തേക്കെങ്കിലും മയപ്പെടുന്ന സ്ഥിതിയുണ്ടായി. ഇതോടെ ലെനിന്റെ സാമ്രാജ്യത്വത്തെക്കുറിച്ചുള്ള സങ്കല്പനം കാലഹരണപ്പെട്ടിരിക്കുന്നു എന്നും ലെനിനിസം തന്നെ കാലഹരണപ്പെട്ടിരിക്കുന്നു എന്നുമുള്ള പ്രചാരണം ശക്തിപ്പെട്ടു. സാമ്രാജ്യത്വമല്ല സാമ്രാജ്യം ആണിപ്പോൾ ഉള്ളതെന്നുവരെ ചില പണ്ഡിതന്മാരുടെ കണ്ടുപിടുത്തമുണ്ടായി. ലെനിൻ മൂലധനസഞ്ചയത്തെ കേന്ദ്രമാക്കിക്കൊണ്ടാണ് സാമ്രാജ്യത്വത്തെ നിർവ്വചിക്കുകയും വിശദീകരിക്കുകയും ചെയ്തത്. സാമ്രാജ്യത്വ ഘട്ടത്തിൽ ധനമൂലധനത്തിന് നിർണ്ണായകസ്ഥാനം ലഭ്യമാവുന്നു.

ഇപ്പോഴത്തെ ലോകവ്യവസായരംഗം പരിശോധിച്ചാൽ ഈയടുത്ത ദശകങ്ങളിലാണ് നിർമ്മാണവ്യവസായം ഭൂഗോളത്തിന്റെ വടക്കൻ പകുതിയിൽനിന്ന് തെക്കൻ പകുതിയിലേക്ക് അതിവേഗം മാറാൻ തുടങ്ങിയത് എന്ന് കാണാനാവും. 1980 ൽ വികസ്വര രാജ്യങ്ങളുടെ ലോകവ്യവസായ തൊഴിലുകളുടെ ഓഹരി 52 ശതമാനമായിരുന്നത് 2012 ൽ 83 ശതമാനമായി വർദ്ധിച്ചു. വികസ്വര രാജ്യങ്ങളിലേക്കും പരിവർത്തനം സംഭവിച്ചുകൊണ്ടിരിക്കുന്ന സമ്പദ്വ്യവസ്ഥകളിലേക്കുമുള്ള വിദേശ പ്രത്യക്ഷനിക്ഷേപം 2006 ൽ 33 ശതമാനമായിരുന്നത് 2010 ൽ 51 ശതമാനമായും 2012 ൽ 61 ശതമാനമായും വർദ്ധിച്ചു. എന്നാൽ ചൈന ഒഴികെയുള്ള വികസ്വര രാജ്യങ്ങളുടെ ആളോഹരി വരുമാനത്തിൽ ഇത് യാതൊരു മാറ്റവും വരുത്തിയില്ല. 1970–89 കാലത്ത് ഈ രാജ്യങ്ങളുടെ ശരാശരി ആളോഹരി വരുമാനം ജി.7 രാജ്യങ്ങളുടെ 6 ശതമാനം മാത്രമായിരുന്നു. 1990–2013 കാലത്ത് ഇത് 5.6 ശതമാനമായി കുറഞ്ഞു. അവികസിതരാജ്യങ്ങളുടെ കാര്യത്തിലാവട്ടെ അവരുടെ ആളോഹരി വരുമാനം ജി.7 രാജ്യങ്ങളുടെ 1.5 ശതമാനമായിരുന്നത് 1.1 ശതമാനമായി കുറയുകയാണ് ചെയ്തത്. വ്യവസായങ്ങൾ കുടിയേറിയിട്ടും ആളോഹരി വരുമാനത്തിൽ കുറവുവരികയാണ് ചെയ്തത് എന്നതിൽനിന്ന് വ്യക്തമാവുന്ന സംഗതി ചൂഷണത്തിന്റെ തോതിൽ വർദ്ധനവുണ്ടാക്കാനായി എന്നു തന്നെയാണ്. എങ്ങനെയാണിത് സംഭവിക്കുന്നതെന്ന് *മെക്കിൻസി ക്വാർട്ടർലി* എന്ന നിക്ഷേപകരുടെ പ്രസിദ്ധീകരണത്തിൽ അവരുടെ ന്യൂയോർക്ക് ഓഫീസിൽ ഡയറക്ടറായി പ്രവർത്തിക്കുന്ന ലോവൽ ബ്രയാൻ വ്യക്തമാക്കുന്നുണ്ട്.

> വളർന്നുവരുന്ന വിപണിയുള്ളതും കുറഞ്ഞ വേതനനിരക്കുള്ളതുമായ ഒരു രാജ്യത്തേക്ക് സ്വന്തം ഉല്പാദനമോ സേവനപ്രവർത്തനങ്ങളോ പുറംപണിയായി കൊടുക്കുന്ന ഏതൊരു കമ്പനിക്കും ... തൊഴിലാളികളുടെ കൂലിയിനത്തിൽ വലിയൊരു സംഖ്യ ലാഭിക്കാനാവും .... ഇന്നും ചൈനയിലും ഇന്ത്യയിലും ഉള്ള കൂലിനിരക്ക് വികസിത ലോകത്തെ തത്തുല്യമായ അദ്ധ്വാനത്തിന് നല്കുന്ന കൂലിനിരക്കിന്റെ ചെറിയൊരു അംശം മാത്രമാണ്. പലപ്പോഴും മൂന്നിലൊന്ന് മാത്രം. എന്നിട്ടും ചൈനീസ്-ഇന്ത്യൻ തൊഴിലാളികളുടെ ഉല്പാദനക്ഷമത വർദ്ധിച്ചു വരികയാണ്. പ്രത്യേകിച്ചും കൂടുതൽ പ്രാവീണ്യം ആവശ്യമുള്ള മേഖലകളിൽ, ഹൈടെക് അസംബ്ലി പോലുള്ള കാര്യത്തിൽ ചൈനീസ് തൊഴിലാളികളും സോഫ്റ്റ് വെയർ ഉല്പാദനത്തിൽ ഇന്ത്യൻ തൊഴിലാളികളും മുന്നേറിക്കൊണ്ടിരിക്കുകയാണ്. സമ്പന്ന രാഷ്ട്രങ്ങളിലെ തൊഴിലാളികൾക്ക് ഒപ്പത്തിനൊപ്പം നില്ക്കാവുന്ന വിധമാണ് അവരുടെ വളർച്ച.

*മെക്കിൻസി ക്വാട്ടർലി*യുമായി ബന്ധപ്പെട്ട് പ്രവർത്തിക്കുന്ന നിക്ഷേ

പകർക്കുതന്നെ വിദേശത്ത് കോടിക്കണക്കിന് അത്തരം തൊഴിലാളികളുണ്ട്. അമേരിക്കയിലാവട്ടെ ആകെയുള്ള തൊഴിൽശക്തി 150 ദശലക്ഷം മാത്രമാണ്. ഇതാണ് ചൂഷണത്തിന്റെ ഒരു മാതൃക. വികസ്വര, അവികസിത രാജ്യങ്ങളിലെ ഈ കുറഞ്ഞകൂലിയാണ് ഇന്നത്തെ സാമ്രാജ്യത്വ ചൂഷണത്തിന്റെ അടിത്തറയായി പ്രവർത്തിക്കുന്നത്.

വികസ്വര അവികസിത രാജ്യങ്ങളിലെ ഈ കുറഞ്ഞ കൂലിനിരക്കിന് എന്താണ് കാരണം? 2011 ൽ ആഗോള തൊഴിൽ കരുതൽസേനയുടെ എണ്ണം 240 കോടി ആണ്. തൊഴിൽ രഹിതർ, ആവശ്യത്തിന് തൊഴിൽ ഇല്ലാത്തവർ, സാമ്പത്തികമായി പ്രവർത്തനക്ഷമമല്ലാത്ത വ്യക്തികൾ ഇവർ എല്ലാം ചേരുന്നതാണ് ഈ കരുതൽസേന. എന്നാൽ പ്രവർത്തനക്ഷമമായ ലോകത്തിലെ തൊഴിൽസേന വെറും 140 കോടി മാത്രമാണ്. മുഖ്യമായും ഭൂഗോളത്തിന്റെ തെക്കൻ പകുതിയിൽ ഈ കരുതൽസേനയുടെ എണ്ണം വർദ്ധിച്ചു വരികയാണ്. ഇത് തൊഴിൽ രംഗത്ത് കടുത്ത മത്സരം ഉണ്ടാക്കുകയും അത് മുതലെടുക്കാൻ മുതലാളിത്തത്തിന് കഴിയുകയും ചെയ്യുന്നു. ഇതാണ് വികസിത രാജ്യങ്ങളിലും വികസ്വര അവികസിതരാജ്യങ്ങളിലും തൊഴിലിൽനിന്നുള്ള വരുമാനത്തെ കുറച്ചുകൊണ്ടുവരുന്ന മുഖ്യഘടകം. അതിൽത്തന്നെ ഈ വരുമാനം ലോകശരാശരിയിൽ കുറവ് ലഭിക്കുന്നത് വികസ്വര-അവികസിത രാജ്യങ്ങളിലാണ്. ഇത് സാമ്രാജ്യത്വ ചൂഷണം ശക്തിപ്പെടുത്തുന്നു.

പ്രകൃതി വിഭവശേഖരണത്തിന് വിശിഷ്യാ തന്ത്രപരമായ ഊർജ്ജ വിഭവ സ്രോതസ്സുകൾ കൈക്കലാക്കുന്നതിന് വേണ്ടിയുള്ള മത്സരം സാമ്രാജ്യത്വത്തിന്റെ മറ്റൊരു സവിശേഷസ്വഭാവമാണ്. ധാതുക്കൾ, ഭക്ഷ്യവസ്തുക്കൾ, വനങ്ങൾ, ഭൂമി മുതൽ ശുദ്ധജല സ്രോതസ്സുകൾ വരെ ഇന്ന് ഈ മത്സരം വ്യാപകമായിരിക്കുന്നു. ഭൂഗോളത്തിന്റെ തെക്കൻ പകുതിയിൽ പരിസ്ഥിതി പ്രശ്നം രൂക്ഷമായിരിക്കുന്നു.

മിഡിൽ ഈസ്റ്റ് രാജ്യങ്ങളിൽ കഴിഞ്ഞ മുപ്പതുവർഷമായി നടന്നുവരുന്ന യുദ്ധങ്ങൾ ലോകത്തിലെ എണ്ണ ഉല്പാദക രാജ്യങ്ങളെ കീഴ്പ്പെടുത്തുന്നതിനും വശംവദമാക്കുന്നതിനും വേണ്ടി ഉള്ളവയായിരുന്നു. സോവിയറ്റ് യൂണിയൻ ഇല്ലാതായതിന് ശേഷമാണ് ഈ യുദ്ധങ്ങളൊക്കെ നടന്നത്. ഇന്ന് ലോകം ഒരു രണ്ടാം ശീതയുദ്ധത്തിലേക്ക് നീങ്ങിക്കൊണ്ടിരിക്കുകയാണ്. ആർട്ടിക് മേഖല പോലും കീഴ്പ്പെടുത്താനുള്ള ശ്രമങ്ങൾ നടക്കുന്നുണ്ട്. കാലാവസ്ഥാ വ്യതിയാനംമൂലം ആർട്ടിക് മേഖലയിലുണ്ടാവുന്ന മഞ്ഞുരുക്കം എണ്ണ പര്യവേക്ഷണത്തിനുള്ള പുതിയ സാദ്ധ്യതകൾ തുറന്നുകൊടുക്കാനിടയുണ്ട് എന്നതാണിതിന് കാരണം. ഇത് ഒരു ലോകയുദ്ധത്തിലേക്ക് നയിക്കണമെന്നില്ല. എന്നാൽ സാമ്രാജ്യത്വശക്തികൾക്കിടയിൽ വൈരുദ്ധ്യങ്ങൾ ശക്തിപ്പെടുന്നതിന് ഇതിടയാക്കും.

ആഗോളതലത്തിൽ പുറംപണി കൊടുക്കുന്നതിലൂടെ തൊഴിലാളിവർഗ്ഗത്തെ ചൂഷണം ചെയ്യുന്നതിന്റെ തീവ്രത വർദ്ധിപ്പിച്ചും അസുലഭ

മായ അസംസ്കൃത പദാർത്ഥങ്ങൾ കാൽക്കീഴിലാക്കിയും ഇതിന്മേലുള്ള കുത്തകപ്പാട്ടം വർദ്ധിപ്പിച്ചും ആണ് ഇന്നും സാമ്പത്തിക രംഗത്ത് സാമ്രാജ്യത്വം ചൂഷണം നടത്തിക്കൊണ്ടിരിക്കുന്നത്. ഇങ്ങനെ തട്ടിയെടുക്കപ്പെടുന്ന മിച്ചമൂല്യം മുഴുവൻ പരസ്യമാക്കാതെ മറച്ചു വെക്കപ്പെടുന്നു. എക്സ്ചേഞ്ച് റേഷ്യോ, മറച്ചുവെക്കപ്പെട്ട അക്കൗണ്ടുകൾ, നികുതി രഹിത ദ്വീപുകളിൽ നടത്തുന്ന നിക്ഷേപങ്ങൾ എന്നിവയൊക്കെ വിദഗ്ദ്ധമായി ഈ മറച്ചുവെക്കലിനായി ഉപയോഗിക്കുന്നു.

മുതലാളിത്ത വ്യവസ്ഥാകേന്ദ്രത്തിൽ 1970 കളുടെ പകുതി മുതൽ തന്നെ സാമ്പത്തിക മാന്ദ്യ പ്രവണത നിലനില്ക്കുന്നുണ്ട്. അമേരിക്ക മുന്നിൽ നിന്നുകൊണ്ട് നടത്തുന്ന സൈനിക ചെലവഴിക്കലിലൂടെയാണ് സമ്പദ്‌വ്യവസ്ഥയെ അല്പമെങ്കിലും ചലനാത്മകമായി നിലനിർത്തിവരുന്നത്. എന്നാൽ ഇതിന് പരിമിതികളുണ്ട്. ഇന്നത്തെ പ്രതിസന്ധി പരിഹരിക്കാനാവണമെങ്കിൽ മറ്റൊരു ലോകയുദ്ധം തന്നെ നടത്തേണ്ടതുണ്ട്. ഈയൊരു പശ്ചാത്തലത്തിലാണ് എഴുപതുകളിലും എൺപതുകളിലും വൻകിട കോർപ്പറേഷനുകൾ അവരുടെ വർദ്ധിച്ചുവരുന്ന സാമ്പത്തിക മിച്ചം ധനമേഖലയിൽ നിക്ഷേപിക്കാൻ തുടങ്ങിയത്. സംയോജനങ്ങളും ഏറ്റെടുക്കലുകളും, പുതിയകടങ്ങൾ, സെക്യൂരിറ്റികൾ, നിലനില്ക്കുന്ന പണയപ്പെടുത്തലുകൾ തന്നെ വീണ്ടും പണയപ്പെടുത്തൽ, ഉപഭോക്താക്കൾക്ക് വായ്പനല്കൽ അങ്ങനെ ഈ മിച്ചം സഞ്ചരിക്കാൻ തുടങ്ങി. കോപ്പിറൈറ്റുകൾ, മറ്റു ബൗദ്ധിക സ്വത്തവകാശങ്ങൾ ഇവയൊക്കെ കൂടുതൽ കൂടുതലായി കുത്തകവല്ക്കരിക്കപ്പെട്ടു. ഫലത്തിൽ ഇതൊക്കെക്കൂടി മുതലാളിത്തവ്യവസ്ഥയിൽ ധനപരമായ ഒരു ഉപരിഘടന ശക്തിപ്പെടുന്നതിലേക്ക് നയിച്ചു.

ഈ സ്ഥിതിവിശേഷത്തിൽ അഞ്ചുതരം ആഗോള കുത്തകകൾ ഇന്ന് നിലവിലുണ്ട്.

1. സങ്കേതിക വിദ്യയുടെ കുത്തക
2. ലോകവ്യാപകമായി പരന്നുകിടക്കുന്ന വിപണിയുടെ ധനപരമായ നിയന്ത്രണം.
3. പ്രകൃതി വിഭവങ്ങൾക്ക് മേൽ ഉള്ള കുത്തകാധിപത്യപരമായ അഭിഗമ്യത
4. മാധ്യമ-വാർത്താവിനിമയ കുത്തകകൾ
5. വൻ നശീകരണ ശേഷിയുള്ള ആയുധങ്ങൾക്ക് മേലുള്ള കുത്തകാവകാശം.

ഇതിനൊക്കെ ഉടമകളായിട്ടുള്ള കുത്തക സ്ഥാപനങ്ങൾ ഇന്ന് നിലവിലുണ്ട്. ഇത്തരം സ്ഥാപനങ്ങളിൽ ഏറ്റവും ഉയർന്ന 500 സ്വകാര്യ സ്ഥാപനങ്ങളുടെ വരുമാനം മൊത്തം ലോകരാജ്യങ്ങളുടെ 30 ശതമാനം വരുമെന്നാണ് കണക്ക്. ഇതിൽ ഏറ്റവും ഉയർന്ന 200 സ്ഥാപനങ്ങളിൽ 96 ശതമാനത്തിന്റെയും ഹെഡ്ക്വാട്ടേഴ്സ് സ്ഥാപിതമായിട്ടുള്ളത് 8 വൻകിട രാജ്യങ്ങളിലാണ്. അതിലെ ഡയറക്ടർമാരും ഈ നാട്ടുകാർ

തന്നെയാണ്. 2 ശതമാനത്തിൽ താഴെ മാത്രമാണ് പുറത്തു നിന്നുള്ള വർ. അവരുടെ സാമ്പത്തിക പ്രവർത്തനം ആഗോള തലത്തിലാണ്. പക്ഷേ, അവർക്കൊക്കെ ദേശീയമായ അടിത്തറയുണ്ട്. അമേരിക്ക, പശ്ചിമ യൂറോപ്പ്, ജപ്പാൻ എന്നിവിടങ്ങളിലെ പൗരരാണ് ഈ സ്ഥാപന ങ്ങളൊക്കെ നിയന്ത്രിക്കുന്നത്. ജി.7, നാറ്റോ തുടങ്ങിയവയിലൂടെയാണ് ഇവയുടെ ഭരണം വിവിധരാജ്യങ്ങളിൽ സ്ഥാപിക്കപ്പെടുന്നത്. ഇത് കാ ണിക്കുന്നത് ചിലർ പറയുന്നതുപോലെ, ആഗോള ധനമൂലധന ശക്തി കൾക്ക് ദേശീയമായി അടിത്തറയില്ല എന്നല്ല മറിച്ച് അടിത്തറയുണ്ട് എന്നു തന്നെയാണ്. ഈഷൽ ഭേദങ്ങളോടെയാണെങ്കിലും ലെനിൻ സാമ്രാജ്യ ത്വത്തെക്കുറിച്ച് വ്യക്തമാക്കിയ അടിസ്ഥാന സംഗതികൾ ഇന്നും ശരി യായിത്തന്നെ തുടരുകയാണ്.

ദേശാന്തരീയ ഭരണകൂടം

'ആഗോളവല്ക്കരണം' കേൾക്കാൻ സുഖമുള്ള ഒരു പദപ്രയോഗമാണ്. 'സർവ്വ രാജ്യതൊഴിലാളികളെ സംഘടിക്കുവിൻ' എന്ന് *കമ്യൂണിസ്റ്റ് മാനിഫെസ്റ്റോ*വിൽ എഴുതിയപ്പോൾ കിട്ടിയ ഒരു വിശാല ലോകത്തിന്റെ പ്രതീതി ഈ പദപ്രയോഗത്തിലുണ്ട്. എന്നാൽ ഇത് സാമ്രാജ്യത്വത്തിന്റെ ആധുനിക രൂപമാണ് എന്നതാണ് വസ്തുത. പ്രശസ്ത സാമ്പത്തിക ശാസ്ത്രജ്ഞനും മാർക്സിസ്റ്റുമായ പ്രഭാത് പട്നായിക് ആഗോളവല്ക്കരണ നയങ്ങളെ താഴെ പറയും പ്രകാരം വിശദീകരിച്ചിട്ടുണ്ട്.

> അന്താരാഷ്ട്ര ധനമൂലധനത്തിന് തടസ്സമോ വെല്ലുവിളിയോ കൂടാതെയുള്ള പ്രവർത്തനം ഉറപ്പുവരുത്തുന്ന ക്രമീകരണങ്ങളൊക്കെ ഉൾപ്പെടുന്നതാണ് സമകാലിക പശ്ചാത്തലത്തിൽ സാമ്രാജ്യത്വം. മറ്റു പലതിനുമൊപ്പം അന്താരാഷ്ട്രധനമൂലധനം ലോകത്താകെയുള്ള വിഭവങ്ങൾ ഒന്നടങ്കം തട്ടിയെടുക്കുന്നതും ഇത്തരം പ്രവർത്തനങ്ങളിൽ ഉൾപ്പെടുന്നുവെന്ന് വ്യക്തമാണ്; പക്ഷേ, ഇതിനെല്ലാം ഉപരിയാണ് സാമ്രാജ്യത്വം എന്നതുകൊണ്ട് അർത്ഥമാക്കപ്പെടുന്നത്. ലോകത്താകെയുള്ള ധാതുവിഭവങ്ങളും മറ്റു പ്രകൃതി വിഭവങ്ങളും അന്താരാഷ്ട്ര ധനമൂലധനത്തിന്റെ നിയന്ത്രണത്തിലാണെങ്കിൽപ്പോലും, അദ്ധ്വാനിക്കുന്ന ജനങ്ങളുടെ, വിശിഷ്യാ മൂന്നാം ലോകത്തിലെ അദ്ധ്വാനിക്കുന്നവരുടെ, വാങ്ങൽ ശേഷി ഗണ്യമായി വർദ്ധിക്കുകയാണെങ്കിൽ ഈ വിഭവങ്ങൾക്കുമേലുള്ള ചോദനവും വർദ്ധിക്കും; തല്ഫലമായി ഇത്തരം വിഭവങ്ങളുടെ വിലയും വർദ്ധിക്കുന്നു. എന്നാൽ ഇത്തരമൊരു വിലവർദ്ധനവ് മുതലാളിത്ത ലോകത്തിന്റെ ധനവ്യവസ്ഥയെത്തന്നെ അപകടത്തിലാക്കും.

> അതുകൊണ്ടുതന്നെ, വിഭവങ്ങളാകെ അന്താരാഷ്ട്രധനമൂലത്തിന്റെ കൈവശം ആയാൽ മാത്രം പോരാ; മൂന്നാം ലോകരാജ്യങ്ങളിലെ അദ്ധ്വാനിക്കുന്ന ജനങ്ങൾ ആ വിഭവങ്ങൾക്കുമേൽ ചോദനം സൃഷ്ടിക്കുന്നതിൽനിന്ന് ഒഴിവാക്കപ്പെടുകയും കൂടി വേണം. മൂന്നാം ലോകരാജ്യങ്ങളിലെ തൊഴിലാളികളുടെ യഥാർത്ഥ കൂലി കുറയ്ക്കുന്നതിലൂടെയും തൊഴിലില്ലായ്മ വർദ്ധിപ്പിക്കുന്നതിലൂടെയും മൂന്നാം ലോകരാജ്യങ്ങളിലെ കർഷകരുടെയും ചെറുകിട ഉല്പാദകരുടെയും യഥാർത്ഥ വരുമാനം കുറയ്ക്കുന്നതിലൂടെയും നവലിബറലിസം ഇത് ഉറപ്പാക്കുകയാണ്; അതുപോലെ തന്നെ, അദ്ധ്വാനിക്കുന്ന ജനവിഭാഗങ്ങൾക്കനുകൂലമായി ദേശരാഷ്ട്രങ്ങൾക്ക് 'പണം കൈമാറാൻ' പറ്റാത്ത വിധവും ആരോഗ്യം, വിദ്യാഭ്യാസം എന്നിവ ഉൾപ്പെടെ ഒരുകൂട്ടം അവശ്യസേവനങ്ങളുടെ വിലവർദ്ധിപ്പിക്കാനാവും വിധവും ദേശരാഷ്ട്രങ്ങൾക്കുമേൽ ധനപരമായ യാഥാസ്ഥിതികത്വവും 'ചെവലുചുരുക്കൽ' പരിപാടിയും അടിച്ചേല്പിച്ചുകൊണ്ടും നവലിബറലിസം ഇതുറപ്പാക്കുന്നു. (പ്രഭാത് പട്നായിക്, സാമ്രാജ്യത്വത്തെ സംബന്ധിച്ച സങ്കല്പനം-പീപ്പിൾസ് ഡെമോക്രസി 2015 മാർച്ച് 29)

എന്നാൽ ഇതൊന്നും ആഗോളവല്ക്കരണം എന്ന പദം കേൾക്കുമ്പോൾ ഓർമ്മവരില്ല. അതുകൊണ്ടുതന്നെ ഇതൊരു മൃദുക്തിയാണ്. ആ മൃദുക്തി ഒരു പ്രത്യയശാസ്ത്ര കാലാവസ്ഥ രൂപപ്പെടുത്തിയിട്ടുണ്ട്. ആഗോളധനമൂലധനശക്തികളുടെ മേധാവിത്തം ഒരു അനിവാര്യതയാണ്; അതിന് വഴങ്ങേണ്ടതാണ് എന്ന ബോധമാണ് ഈ പദവും അതിനു പിന്നിലെ സങ്കല്പനവും ഒക്കെ ഉണ്ടാക്കി എടുത്തിട്ടുള്ളത്. സോവിയറ്റ് യൂണിയനും സോവിയറ്റ് ചേരിയും തകർന്നതോടെ ഇനി മറ്റൊരു ബദലില്ല എന്ന ചിന്താഗതിയിലേക്ക് ലോകജനതയെ കൊണ്ടെത്തിക്കാനുള്ള ശ്രമമാണിന്ന് ആഗോളബൂർഷ്വാസി നടത്തിക്കൊണ്ടിരിക്കുന്നത്. നവലിബറൽ മൂലധനത്തിന്റെ മേധാവിത്തത്തിന് പുറത്ത് ഇന്ന് സാമ്പത്തിക രംഗത്തെ നിർണ്ണായകമായ ഇടങ്ങളൊന്നും തന്നെ നിലവിലില്ല. മൂന്നാം ലോകരാജ്യങ്ങൾക്ക് മറ്റൊരു ധ്രുവത്തിനെ ആശ്രയിക്കാവുന്ന സ്ഥിതിയും ഇന്നില്ല. ഫലത്തിൽ സാമ്രാജ്യത്വശക്തികൾ നയിക്കുന്ന ഒരു ഏകധ്രുവലോകമാണിന്ന് നിലവിലുള്ളത്.

നവലിബറൽ നയങ്ങൾ നടപ്പിലാക്കാനാരംഭിച്ചതോടെ വികസിത മുതലാളിത്തരാജ്യങ്ങൾ തമ്മിൽ നിലവിലുണ്ടായിരുന്ന പരമ്പരാഗതമായ വൈരങ്ങൾ പലതും ഇന്ന് മാഞ്ഞു പോയിട്ടുണ്ട്. കഴിഞ്ഞ കാലങ്ങളിൽ നടന്നിരുന്ന കോളനി വിരുദ്ധ-വിമോചന പ്രസ്ഥാനങ്ങൾ ഈ ശത്രുതയുമായി ബന്ധപ്പെട്ടതായിരുന്നു. ഏഷ്യയിലും ആഫ്രിക്കയിലും ഉള്ള നിരവധി രാജ്യങ്ങളിൽ കോളനി വിരുദ്ധ പ്രസ്ഥാനങ്ങളുടെ മുന്നേറ്റമുണ്ടാ

യത് 1918–1925 കാലത്തായിരുന്നു. ഒന്നാം ലോകയുദ്ധാനന്തരമായിരുന്നു അത്. രണ്ടാം ലോകയുദ്ധം അവസാനിച്ചതോടെ സാമ്രാജ്യത്വ രാജ്യങ്ങൾ പലതും ദുർബ്ബലപ്പെടുകയും നിരവധി കോളനി രാജ്യങ്ങൾ സ്വാതന്ത്ര്യം നേടുകയും ചെയ്തു. കോളനിവ്യവസ്ഥ തന്നെ മിക്കവാറും അപ്രത്യക്ഷമായി.

രണ്ടാം ലോകയുദ്ധാനന്തരം സാമ്രാജ്യത്വശക്തികളുടെ നേതാവായി അമേരിക്ക ഉയർന്നുവന്നു. രണ്ടാം ലോകയുദ്ധത്തിന്റെ കെടുതികൾ ഒന്നും അനുഭവിക്കാതെ ജപ്പാനിൽ അണുബോംബിട്ട് യുദ്ധ വിജയിയായ രാജ്യമായിരുന്നു അമേരിക്ക. ആഗോള നാണയ കൈമാറ്റത്തിനുള്ള മാധ്യമമായി ഡോളർ അംഗീകരിക്കപ്പെട്ടതോടെ അമേരിക്കയുടെ അന്തസ്സുയർന്നു. എന്നാൽ എഴുപതുകളിൽ അമേരിക്കൻ മേധാവിത്തത്തിന് താല്ക്കാലികമായി ഇടിച്ചിൽ പറ്റി. സാമ്രാജ്യത്വരാജ്യങ്ങൾ തമ്മിൽ തമ്മിൽ യുദ്ധത്തോളം വരുന്ന ഏറ്റുമുട്ടലുകൾ ഒന്നും തന്നെ സംഭവിച്ചില്ല. സോവിയറ്റ് യൂണിയൻ തകരുകയും വ്യാവസായിക മൂലധനത്തിന് മേൽ ധനമൂലധനത്തിന് മേൽക്കൈ ലഭ്യമാവുകയും ചെയ്തു. ലോകം ഏകധ്രുവത്വത്തിലേക്ക് നീങ്ങി. ആഗോള ധനമൂലധനത്തിന്റെ മേധാവിത്തം അനിവാര്യമെന്ന് കരുതുന്ന സ്ഥിതിയുണ്ടായത് ഇങ്ങനെയാണ്. ഓരോ ദേശ രാജ്യങ്ങളും അവരുടെ സാമ്പത്തിക നയങ്ങൾ ആഗോള ധനമൂലധനശക്തികളുടെ ഇച്ഛയ്ക്കൊത്തവിധം രൂപപ്പെടുത്തുന്ന സ്ഥിതിയുണ്ടായി.

ആഗോളവല്ക്കരണ നയങ്ങളുടെ നടത്തിപ്പിന്റെ ഭാഗമായി സാമ്പത്തിക രംഗത്ത് മൂലധനത്തിന്റെയും ചരക്കുകളുടെയും ചലനാത്മകത പല മടങ്ങായി വർദ്ധിച്ചു. ദേശരാഷ്ട്രങ്ങളുടെ സാമ്പത്തിക രംഗത്ത് കയറ്റിറക്കുമതിയുടെ അളവ് വർദ്ധിച്ചു. വാർത്താവിനിമയ ഗതാഗത സാങ്കേതികവിദ്യയുടെ കരുത്ത് ആഗോളതലത്തിൽ തന്നെ വർദ്ധിച്ചു. ദേശാതിർത്തികൾ ലംഘിച്ച് വ്യവസായമൂലധനത്തിനെ മറികടന്ന ധനമൂലധനത്തിന്റെ ശക്തിയും ഊഹവ്യാപാരവും വൻതോതിൽ വർദ്ധിച്ചു. കേന്ദ്രീകൃതമായി ഉല്പാദിപ്പിക്കപ്പെട്ട സാംസ്കാരികവിഭവങ്ങൾ ദേശാന്തരീയമായി വിപണനം ചെയ്യപ്പെട്ടു. ദീർഘദൂരം അകലത്തിരുന്നുകൊണ്ട് ഉല്പാദനം, മാനേജ്മെന്റ് എന്നിവ നടത്താവുന്ന വിധത്തിൽ സാങ്കേതികവിദ്യ വികസിച്ചു. വിവിധ രാജ്യങ്ങളിൽ വെച്ച് ഒരു ഉല്പന്നത്തിന്റെ ഘടകങ്ങൾ നിർമ്മിക്കാനും ഒരു നിശ്ചിത രാജ്യത്ത് വെച്ച് അത് കൂട്ടിയോജിപ്പിച്ച് ഉല്പന്നമാക്കുന്നതിനും കഴിയും വിധം വ്യാവസായിക രംഗത്ത് ശകലീകരണം നടപ്പിലാക്കാൻ കഴിയുന്ന സ്ഥിതിയുണ്ടായി.

ഇതെല്ലാം ദേശരാഷ്ട്രങ്ങളുടെ അധികാരപരിധി വെട്ടിച്ചുരുക്കി. ലോകബാങ്ക്, അന്താരാഷ്ട്രനാണയനിധി, ചില ഐക്യരാഷ്ട്രസഭാ സമിതികൾ, ബഹുരാഷ്ട്ര കോർപ്പറേഷനുകൾ എന്നിവ ചേർന്ന് ഒരു ദേശാന്തരീയ ഭരണകൂടം ഫലത്തിൽ രൂപപ്പെട്ടു.

വിപണിവാഴ്ചയ്ക്ക് നിയമസാധുത്വം

കമ്യൂണിസ്റ്റ് *മാനിഫെസ്റ്റോവിൽ* മാർക്സും ഏംഗൽസും മുതലാളിത്തം സർവ്വവ്യാപിയായി മാറുന്നതിനെക്കുറിച്ച് സൂചിപ്പിച്ചിട്ടുണ്ട്. "ഉല്പന്നങ്ങൾക്ക് നിരന്തരം വിപുലപ്പെടുന്ന ഒരു കമ്പോളം കണ്ടുപിടിക്കേണ്ടതിന്റെ ആവശ്യം ബൂർഷ്വാസിയെ ഭൂമണ്ഡലമെങ്ങും ഓടിക്കുന്നു. അതിന് എല്ലായിടത്തും കൂടുകെട്ടണം; എല്ലായിടത്തും പാർപ്പുറപ്പിക്കണം; എല്ലായിടത്തും ബന്ധങ്ങൾ സ്ഥാപിക്കണം." (*കമ്യൂണിസ്റ്റ് മാനിഫെസ്റ്റോ*) അങ്ങനെ എല്ലായിടത്തും കൂടുകെട്ടി, എല്ലായിടത്തും പാർപ്പുറപ്പിച്ച്, എല്ലായിടത്തും ബന്ധങ്ങൾ സ്ഥാപിച്ച് മുതലാളിത്തം 'സ്വന്തം പ്രതിച്ഛായയിലുള്ള ഒരു ലോകം' സൃഷ്ടിക്കുമെന്ന് 1845 ൽ തന്നെ മാർക്സും ഏംഗൽസും വ്യക്തമാക്കിയിരുന്നു. ഒപ്പം തന്നെ

> ഗ്രാമങ്ങളെ നഗരങ്ങൾക്ക് വിധേയമാക്കിയതുപോലെ തന്നെ ബൂർഷ്വാസി അപരിഷ്കൃതവും അർദ്ധപരിഷ്കൃതവും ആയ രാജ്യങ്ങളെ പരിഷ്കൃത രാജ്യങ്ങൾക്കും കർഷക പ്രധാനമായ ജനതകളെ ബൂർഷ്വാ രാഷ്ട്രങ്ങൾക്കും പൗരസ്ത്യരെ പാശ്ചാത്യർക്കും വിധേയമാക്കിയിരിക്കുന്നു എന്നും *മാനിഫെസ്റ്റോവിൽ* തന്നെ പറഞ്ഞുവെച്ചിട്ടുണ്ട്.

ലെനിന്റെ കാലമായപ്പോൾ ഈ പ്രവണതകളൊക്കെ പതിന്മടങ്ങായി ശക്തിപ്പെട്ടു. ലോകമാകെ സാമ്രാജ്യത്വശക്തികൾ പങ്കുവെച്ചെടുക്കുന്ന സ്ഥിതിയുണ്ടായി. സാമ്രാജ്യത്വ രാജ്യങ്ങൾ തമ്മിൽ തമ്മിലുള്ള വൈരുദ്ധ്യം മൂർച്ഛിക്കുകയും ലോകയുദ്ധം ഉണ്ടാവുകയും ചെയ്തു. ഇതാണ് സാമ്രാജ്യത്വത്തെക്കുറിച്ച് പഠിക്കാൻ ലെനിനെ പ്രേരിപ്പിച്ചത്. ലെനിന്റെ വിശകലനം നടന്നിട്ട് ഒരു നൂറ്റാണ്ടായിരിക്കുന്നു. ഇതിനിടയി

ലാണ് നവലിബറൽ നയങ്ങളുടെ രൂപത്തിൽ സാമ്രാജ്യത്വ ചൂഷണത്തിന്റെ രൂപം മാറിയത്.

ഈ കാലഘട്ടത്തിലെ ദേശരാഷ്ട്രത്തിന്റെ പരിമിതികളാണ് നാം കഴിഞ്ഞ അദ്ധ്യായത്തിൽ പരിശോധിച്ചത്. അതിൽനിന്നും ഒരു കാര്യം വ്യക്തമാണ് ആഗോളധനമൂലധന ശക്തികളുടെ ചൂഷണം തടയാൻ ദേശരാഷ്ട്രങ്ങൾക്ക് കഴിയാത്ത സ്ഥിതി സംജാതമായിരിക്കുന്നു. അതുകൊണ്ടാണ് ഇന്ത്യയിലെ ഭരണകക്ഷി ഇന്ന് ഇന്ത്യൻ ദേശീയത എന്ന സാമ്രാജ്യത്വ വിരുദ്ധ സങ്കല്പനം ഉപേക്ഷിക്കുകയും അതിന്റെ സ്ഥാനത്ത് സാംസ്കാരിക ദേശീയത എന്ന സങ്കല്പനം ഊട്ടിയുറപ്പിക്കാൻ ശ്രമിക്കുകയും ചെയ്യുന്നത്.

എന്താണ് ഇന്ത്യ എന്ന ദേശരാഷ്ട്രത്തിന്റെ സ്ഥിതി? ഇന്ത്യയെ പോലെ ഭരണഘടനാനുസൃതമായി നിലവിൽ വന്ന ഒരു ആധുനിക ദേശരാഷ്ട്രം ഉയർന്നുവരുന്നത് പ്രാഥമികമായും പ്രാപഞ്ചികമായ ഒരു സിവിൽ അസ്തിത്വത്തിന്റെ അടിസ്ഥാനത്തിലാണ്. അത് മതാധിപത്യത്തിനും രാജവാഴ്ചയ്ക്കും ഫ്യൂഡൽ ആധിപത്യത്തിനും കോളനിവാഴ്ചയ്ക്കും എതിരായ അസ്തിത്വം കൂടെയാണ്. ഇതിന്റെ അടിസ്ഥാനത്തിലാണ് തുല്യഅധികാരമുള്ള പൗരത്വം മാനദണ്ഡമാക്കികൊണ്ട് ഒരു ദേശരാഷ്ട്രം രൂപപ്പെടുത്തുകയും അതിനെ സാധൂകരിക്കുന്നതും നിയമാനുസൃതവും ആയി പ്രഖ്യാപിക്കുകയും ചെയ്യുന്നത്. ഇന്ത്യൻ ഭരണഘടനയ്ക്ക് രൂപം കൊടുത്ത ഇന്ത്യൻ പൗരൻ തന്നെയാണ് ആ നിയമത്തിന് വിധേയനായി പ്രവർത്തിക്കുന്ന പൗരൻ ആയിത്തീരുന്നത്. നിയമപരമായ അന്തസ്സിന്റെയും പൊതുവായ മതനിരപേക്ഷതയുടെയും തുല്യതയാണ് പൗരന് ലഭ്യമാവുന്നത്. എന്നാൽ ഇന്ത്യ പോലുള്ള ഒരു മുതലാളിത്ത രാജ്യത്ത് സാമ്പത്തിക-ഉല്പാദന-വിതരണ രംഗങ്ങളെ ആകെ നിയന്ത്രിക്കുന്നത് വിപണിയാണ്. ഈ വിപണിയിലെ കൊള്ളക്കൊടുക്കകളൊക്കെ നിയന്ത്രിക്കുന്നതാവട്ടെ തീർത്തും അസമത്വാടിസ്ഥാനത്തിലുള്ള സ്വകാര്യ സ്വത്തുടമസ്ഥതയുമാണ്.

ഇതിന്റെ അനന്തര ഫലമെന്നോണം ഇന്ത്യൻ സമൂഹത്തിന് സാംസ്കാരികമായി വിഭിന്നരായ ജനവിഭാഗങ്ങൾക്ക് തുല്യത നേടികൊടുക്കാനായില്ല. അതുകൊണ്ട് ഇന്ത്യൻ ഭരണവർഗ്ഗം തുല്യതാബോധത്തിൽ അടിസ്ഥാനപ്പെടുത്തിയ പൗരത്വത്തിന് ബദലായി അനാദിയായ ഒരു സംസ്കാരത്തിൽ ഊന്നൽ നല്കി. ആ സംസ്കാരമാവട്ടെ പാരമ്പര്യാർജ്ജിതമായ ഒന്നിനെ പ്രതിനിധീകരിക്കുന്നതായിരുന്നു. അതിന് മതാധിഷ്ഠിതമായ ഒരു സാമൂഹിക ആധികാരികതയുമുണ്ടായിരുന്നു. എല്ലാ തരത്തിലുമുള്ള പുനരുജ്ജീവനവാദങ്ങളെയും മൗലികവാദങ്ങളെയും പ്രോത്സാഹിപ്പിക്കുന്ന ഒന്നുമായിരുന്നു അത്. ഇന്ത്യയിൽ നിരവധിയായ സാംസ്കാരിക വൈവിദ്ധ്യങ്ങൾ ഉണ്ടായിരുന്നതിനാൽ ഭരണവർഗ്ഗ സംസ്കാരം ദേശീയ സംസ്കാരമായി അടിച്ചേല്പിക്കപ്പെടാൻ തുടങ്ങി. അതിന്റെ ഭാഗമായി ഭൂരിപക്ഷ വിശ്വാസങ്ങൾ ദേശീയതയായി വ്യാഖ്യാ

നിക്കപ്പെടുകയും, ദേശീയമായിത്തന്നെ 'ന്യൂനപക്ഷങ്ങൾ' എന്ന് ചില സാംസ്കാരിക വിഭാഗങ്ങൾ മുദ്രകുത്തപ്പെടുകയും ചെയ്തു. വ്യത്യസ്ത വിഭാഗം ജനങ്ങൾക്ക് വ്യത്യസ്തങ്ങളായ മതവും ഭാഷയും സംസ്കാരവും ഒക്കെ ഉള്ളതുകൊണ്ട് അവർക്ക് സ്വന്തമായി ദേശരാഷ്ട്രം ഉണ്ടാകണമെന്ന ധാരണയുണ്ടാവുകയും അത് വിഘടനവാദത്തിന്റെ വളർച്ചയ്ക്ക് ഇടയാക്കുകയും ചെയ്തു.

എന്നാൽ ആഗോളവല്ക്കരണ കാലത്ത് ഈ പ്രക്രിയയിൽ നിർണ്ണായകമായ ഒരു മാറ്റം സംഭവിച്ചിരിക്കുന്നു. ദേശത്തിന് നിയമസാധുത്വം നല്കുന്നതിലൂടെയാണ് ദേശരാഷ്ട്രത്തിന് നിയമസാധുത്വം ലഭ്യമായത്. ദേശരാഷ്ട്രമാണ് വിപണിവാഴ്ചയ്ക്ക് നിയമസാധുത്വം നല്കുന്നത്; അതേ വിപണിവാഴ്ച ഇന്ന് ആഗോളവല്ക്കരണത്തിന് നിയമസാധുത്വം നല്കുന്ന സ്ഥിതി വന്നു ചേർന്നിരിക്കുന്നു. സാമ്രാജ്യത്വത്തിനെതിരെ പോരാടി രൂപപ്പെടുന്ന ഇന്ത്യയെന്ന ദേശരാഷ്ടത്തിന് ഇന്ന് സാമ്രാജ്യത്വവുമായി വിധേയപ്പെടുത്തുന്നതിന്റെ ഭാഗമായി സ്വയം ഭരണാവകാശത്തിൽ കുറവു സംഭവിച്ചിരിക്കുന്നു. ഈ കുറവ് ഇന്ത്യയിലെ ഭരണവർഗ്ഗം ആഗോളമൂലധനശക്തികളുമായി ഉണ്ടാക്കിയ സഖ്യത്തിന് ആനുപാതികമായി ഉണ്ടായ കുറവാണ്. ഈ കുറവ് പൗരന്മാരുടെ തുല്യതയിലും മതനിരപേക്ഷതയിലും പ്രകടമാവുന്നു. പൗരന്മാർക്ക് നിയമപരമായി ലഭിക്കുന്ന തുല്യത സാമൂഹ്യരംഗത്തും സാമ്പത്തിക രംഗത്തും അനുഭവവേദ്യമാകേണ്ടതാണ്. അതില്ലാതായാൽ അവർ തുല്യതയ്ക്കുവേണ്ടി സമര രംഗത്ത് വരും. ഇതൊഴിവാക്കുന്നതിന് വേണ്ടിയാണ് ഭൂരിപക്ഷ ന്യൂനപക്ഷ സംസ്കാരങ്ങൾ തമ്മിൽ ഏറ്റുമുട്ടലുണ്ടാക്കുന്നതിനും അതു വഴി ഭൂരിപക്ഷ സംസ്കാരക്കാരെ കൂടെ നിർത്തുന്നതിനും ഭരണവർഗ്ഗം ശ്രമിക്കുന്നത്. ചുരുക്കിപ്പറഞ്ഞാൽ സാമ്രാജ്യത്വവിരുദ്ധ-ഭരണവർഗ്ഗവിരുദ്ധ പോരാട്ടങ്ങൾ ഉയർന്നുവരുന്നതിനെ തടയുകയാണ് 'സാംസ്കാരിക ദേശീയത'കൊണ്ട് ഉദ്ദേശിക്കുന്നത്. ഭരണവർഗ്ഗത്തിന്റെ സാമ്രാജ്യത്വദാസ്യത്തിന് എതിരെ സംസാരിക്കുന്നവരൊക്കെ ദേശദ്രോഹികൾ ആയി ചിത്രീകരിക്കപ്പെടുന്നു. ഇന്ന് നാം ഇന്ത്യയിൽ കണ്ടുവരുന്ന എല്ലാത്തരം പുനരുജ്ജീവനവാദങ്ങൾക്കും സാംസ്കാരിക ഏറ്റുമുട്ടലുകൾക്കും കാരണം ആഗോളവല്ക്കരണ നയങ്ങളും അത് ഉയർത്തുന്ന സാമ്രാജ്യത്വവുമാണ്. ഇന്ത്യൻ സമൂഹത്തെ പുരോഗമനപരമായി പുനഃസംഘടിപ്പിക്കുന്നത് തടയൽ ആണ് അവരുടെ ലക്ഷ്യം.

“ഹിന്ദുസ്ഥാൻ എന്നത് ഹിന്ദുരാഷ്ട്രമാണ്”

‘**ഭാ**രതത്തിന്റെ ഭാവി’ എന്ന വിഷയത്തിൽ ആർ എസ് എസ് ഒരു ത്രിദിന പ്രഭാഷണ പരമ്പര നടത്തുകയുണ്ടായി. അതിന്റെ ഉദ്ഘാടനം നിർവ്വഹിച്ചത് സർ സംഘചാലക് ആയ ഡോ. മോഹൻ ഭാഗവത് ആണ്. ഉദ്ഘാടന പ്രസംഗത്തിൽ ആർ എസ് എസ് സർസംഘചാലകിൽനിന്ന് കേൾക്കുമെന്ന് പ്രതീക്ഷിക്കാത്ത പലതും കേട്ടു. “എല്ലാ വൈവിദ്ധ്യങ്ങളെയും ചേർത്തുപിടിച്ചാണ് മുന്നോട്ടുപോകേണ്ടത്. എല്ലാ ആശയങ്ങളെയും രീതികളെയും ഒന്നിച്ചുകൊണ്ടുപോകുന്നതാണ് ഭാരതത്തിന്റെ പ്രത്യേകത.” ഇതൊന്നും സാധാരണ ഗതിയിൽ ആർ എസ് എസ് സർസംഘചാലകിന്റെ പ്രഭാഷണത്തിൽനിന്ന് കേൾക്കാവുന്ന വാചകങ്ങളല്ല. എന്നാൽ ഇവയൊക്കെ മനസ്സിലാക്കേണ്ടത് മറ്റൊരു വാചകത്തിന്റെ അടിസ്ഥാനത്തിലാണ്. ആ നിർണ്ണായകമായ വാചകം ഇതാണ്. “ഹിന്ദുസ്ഥാൻ എന്നത് ഹിന്ദുരാഷ്ട്രമാണ്.” (*ജന്മഭൂമി* 18.9.2018)

ബ്രിട്ടീഷ് ഭരണകാലത്തും അതിന് മുമ്പുമൊക്കെ ഇന്ത്യ ഹിന്ദുസ്ഥാൻ എന്ന പേരിൽ അറിയപ്പെട്ടിരുന്നു എന്നത് വാസ്തവമാണ്. ഇന്ത്യയെക്കുറിച്ചുള്ള മാർക്സിന്റെ ലേഖനങ്ങളിൽ പോലും ഹിന്ദുസ്ഥാൻ എന്ന് ഇന്ത്യയെ വിളിക്കുന്നുണ്ട്. എന്നാൽ 1947 ആഗസ്ത് 15 ന് സ്വതന്ത്രമായത് ഇന്ത്യയാണ്. ആ ഇന്ത്യയെ അംഗീകരിക്കാത്തവരാണ് ആർ എസ് എസുകാർ. അതുകൊണ്ടാണ് അവർ ഹിന്ദുസ്ഥാനത്തെക്കുറിച്ച് പറയുന്നത്. ഹിന്ദുസ്ഥാൻ ആക്കി തീർക്കണമെന്ന് അവർ ആഗ്രഹിക്കുന്ന ഇന്ത്യ ഭരണഘടനാനുസൃതമായി ഒരു മതനിരപേക്ഷ രാജ്യമാണ്. പിന്നെ എങ്ങനെയാണ് അത് ഹിന്ദുരാഷ്ട്രമാവുക? സ്വാഭാവികമായും ഇവിടെ ഒരു ചോദ്യം ഉയർന്നുവരുന്നു, ആരാണ് ഹിന്ദു?

ആരാണ് ഹിന്ദു എന്ന ചോദ്യത്തിന് സവർക്കർ നല്കിയ ഉത്തരമിതാണ്.

> സിന്ധു നദീതീരം മുതൽ സമുദ്രംവരെ വ്യാപിച്ചുകിടക്കുന്ന ഈ ഭാരതവർഷത്തെ സ്വന്തം പിതൃഭൂമിയായും പുണ്യഭൂമിയായും സ്വന്തം മതത്തിന്റെ വളർത്തുതൊട്ടിലായും കണക്കാക്കുന്നവനാണ് ഹിന്ദു.

ഒറ്റവായനയിൽ അപകടകാരിയല്ലെന്ന് തോന്നിപ്പിക്കുന്ന ഒരു നിർവ്വചനമാണിത്. എന്നാൽ ഇതേ സവർക്കർ തന്നെ ഹിന്ദുക്കളുടെ സ്വാതന്ത്ര്യത്തെക്കുറിച്ചും അഹിന്ദുക്കൾ ആരെന്നതിനെക്കുറിച്ചും പറയുന്നുണ്ട്.

> ഈ ഭൂമിയിൽ ഇന്ത്യ എന്ന് പേരുള്ള ഒരു ചെറിയ ഇടത്തിന്റെ സ്വാതന്ത്ര്യമല്ല ഹിന്ദുക്കളുടെ സ്വരാജ്യം. ഹിന്ദുത്വം സംരക്ഷിക്കപ്പെടുന്നതാണ് ഹിന്ദുസ്ഥാനത്തിന്റെ സ്വാതന്ത്ര്യം. ഹിന്ദുക്കളുടെ മതപരവും വംശീയവും സാംസ്കാരികവുമായ സ്വത്വമാണ് ഹിന്ദുത്വം. ആ സ്വത്വം എവിടെയാണോ ദൃഢമാക്കിയിരിക്കുന്നത് ആ 'രാജ്യ'മാണ് ഹിന്ദുക്കളുടെ സ്വരാജ്യം. അവിടെ ഇന്ത്യയുടെ അതിർത്തിക്കുള്ളിലോ വെളിയിലോ ഉള്ള അതിരുകളുടെ അമിതഭാരം ഉണ്ടാവുകയില്ല.

തുടർന്ന് ആരാണ് അഹിന്ദു എന്ന് വ്യക്തമാക്കുന്നു.

> അന്യരാജ്യത്തിൽനിന്ന് ഓടിവന്ന് അഭയം തേടിയവർ, അധികാരക്കൊതിയോ ധനമോഹമോ മോഹിച്ച് മഹത്തായ ഹിന്ദുമതം ഉപേക്ഷിച്ച് മറ്റു മതങ്ങളിൽ ചേർന്നവർ, അതിർത്തികടന്നുകയറിയവർ, നമ്മുടെ പുണ്യഭൂമിയും ക്ഷേത്രങ്ങളും നശിപ്പിച്ച കിരാതരായ അക്രമികളുടെ അനന്തരാവകാശികൾ-ഇവരുടെ കൂടെ ഇന്ത്യയുടെ അവകാശം പങ്കുവയ്ക്കാൻ ഹിന്ദുക്കൾ ഒരുക്കമല്ല. ഇവർക്ക് അവകാശപ്പെട്ടതല്ല ഇന്ത്യ. ഇപ്പറഞ്ഞവർക്ക് ഇവിടെ താമസിക്കണമെങ്കിൽ, ഹിന്ദുസ്ഥാൻ ഹിന്ദുക്കളുടേതു മാത്രമാണെന്ന് അംഗീകരിക്കണം.

ഇതാണ് ആർ എസ് എസ് മുന്നോട്ടുവയ്ക്കുന്ന സാംസ്കാരിക ദേശീയതയുടെ, ഹിന്ദു ദേശീയതയുടെ അന്തഃസത്ത. ബി ജെ പിയുടെ പ്രധാനമന്ത്രി സ്ഥാനാർത്ഥിയായ നരേന്ദ്രമോദി ഞാനൊരു ഹിന്ദു ദേശീയവാദിയാണെന്ന് പറയുമ്പോൾ അതിലെ ദേശീയവാദം എന്നതുകൊണ്ട് ഉദ്ദേശിക്കുന്നത് ഇന്ത്യയുടെ അവകാശികൾ ഹിന്ദുക്കൾ മാത്രമാണെന്നാണ്, ഇന്ത്യ ഹിന്ദുക്കളുടേത് മാത്രമാണെന്ന് മുസ്ലീങ്ങളും ക്രിസ്ത്യാനികളും നാസ്തികരും ഭൗതികവാദികളുമൊക്കെ അംഗീകരിച്ചുകൊടുത്തുകൊണ്ട് രണ്ടാംതരം പൗരൻമാരായി കഴിയണമെന്നാണ്.

ബി ജെ പിയുടെ തിരഞ്ഞെടുപ്പ് പ്രകടനപത്രിക ഈ ഹിന്ദുദേശീയത എന്തെന്ന് വ്യക്തമാക്കിയിട്ടുണ്ട്.

> ഭാരതത്തിന്റെ ഭൂമിശാസ്ത്രപരമോ രാഷ്ട്രീയമോ മാത്രമായ സ്വത്വ ത്താൽ ബന്ധിതമല്ല നമ്മുടെ ദേശീയ വീക്ഷണം. അതിന് അപ്പുറം ചിരപുരാതനമായ സാംസ്കാരിക പാരമ്പര്യത്തിന്റെ അടിത്തറ അതിനുണ്ട്. നമ്മുടെ എല്ലാ ദേശങ്ങളുടെയും ഭാഷകളുടെയും മതങ്ങളുടെയും കേന്ദ്രമാണ് ആ പൈതൃകം. ആ സാംസ്കാരിക സ്വത്വമാണ് ഇന്ത്യയുടെ സാംസ്കാരിക ദേശീയത നിർണ്ണയിക്കുന്നത്. അതിന്റെ ആന്തരസത്ത ഹിന്ദുത്വമാണ്.

ഇന്ത്യയിലുള്ള വ്യത്യസ്ത മതവിശ്വാസികൾ ആരും തന്നെ ഇന്ത്യൻ സംസ്കാരമെന്നത് ഹിന്ദു സംസ്കാരമാണെന്നോ, തങ്ങളുടെ മതത്തിന്റെ കേന്ദ്രമെന്നത് ഹിന്ദുപൈതൃകമാണെന്നോ അംഗീകരിക്കുന്നവരല്ല.

ഭരണഘടനാപരമായി 'ഹിന്ദു' എന്ന് വിളിക്കപ്പെടുന്നവരൊക്കെ അങ്ങനെയൊരു പൈതൃകമുള്ളവരാണോ? ഹിന്ദുമതത്തിലെ 'ഹിന്ദു' എന്ന പദം സംസ്കൃതത്തിലെ 'സിന്ധു' എന്നതിന് സമാനമായ ഒരു പേർഷ്യൻ പദമാണ്. ഇൻഡസ് എന്നത് സിന്ധുവിന്റെ ഇംഗ്ലീഷ് പദമാണ്. സിന്ധു ഒഴുകുന്ന പ്രദേശത്ത് ജീവിക്കുന്നവരായിരുന്നു പഴയ ഇന്ത്യക്കാർ. പഴയ പേർഷ്യൻ ക്യൂണിഫോം ലിപി ഉപയോഗിക്കുന്ന കാലം മുതൽ, അതായത് ഡാരിയസ് ഒന്നാമന്റെ കാലം മുതൽ ബി സി 517 മുതൽ, ഈ വാക്കിന് ഈ അർത്ഥമാണുള്ളത്. ഏതാണ്ട് ആയിരത്തിലേറെ വർഷങ്ങളായി ഇന്ത്യക്കാരെയാകെ വിളിക്കുന്നതിന് ഹിന്ദു എന്ന പദമാണുപയോഗപ്പെടുത്തിയിരുന്നത്. എ ഡി 712 മുതൽ മുസ്ലീങ്ങൾ ഇന്ത്യയിൽ സ്ഥിരതാമസമാക്കുകയും താഴ്ന്നജാതിക്കാരെ മുസ്ലീങ്ങളാക്കിമാറ്റുകയും ചെയ്തതോടെയാണ് ഹിന്ദുക്കളെയും മുസ്ലീങ്ങളെയും വേർതിരിച്ചു കാണാനാരംഭിച്ചത്. അന്ന് ശൈവമതവും വൈഷ്ണവമതവും ശാക്തേയമതവുമൊക്കെയാണുണ്ടായിരുന്നത്. പേർഷ്യൻ പണ്ഡിതന്മാർക്ക് ഹിന്ദുവെന്ന് വിളിക്കപ്പെടുന്ന ഇന്ത്യാക്കാർക്കിടയിലുള്ള വ്യത്യസ്ത മതക്കാരെ സംബന്ധിച്ച് വ്യക്തമായ ധാരണയുണ്ടായിരുന്നു. എന്നാൽ ഇന്ത്യ കീഴടക്കിയ യൂറോപ്യന്മാർക്ക് ഈ വ്യത്യാസം അറിയില്ലായിരുന്നു. അവർ മുസ്ലീങ്ങളല്ലാത്ത മുഴുവൻ ഇന്ത്യക്കാരെയും ഹിന്ദുക്കളായാണ് കണ്ടത്. മുസ്ലീങ്ങളും ജൂതന്മാരും ബുദ്ധ-ജൈനമതക്കാരും ക്രിസ്ത്യാനികളും ഒഴികെയുള്ള മറ്റെല്ലാവരും ഹിന്ദുക്കളാണെന്നായിരുന്നു അവരുടെ ധാരണ. അതിനനുസരിച്ചാണ് അവർ ഹിന്ദു എന്ന പദം പ്രയോഗിച്ചത്. യഥാർത്ഥത്തിൽ അത് മൗലികമായ ഒരു തെറ്റിദ്ധാരണയുടെ ഫലമായിരുന്നു. ഹിന്ദു എന്ന ഈ വിളിപ്പേരിൽ നിന്നാണ് പിന്നീട് 'ഹിന്ദുമതം' എന്ന പ്രയോഗം നിലവിൽ വരുന്നത്. അല്ലാതെ വേദങ്ങളിലോ ഉപനിഷത്തുക്കളിലോ ഒന്നും തന്നെ 'ഹിന്ദു' എന്ന പ്രയോഗമില്ല.

1711 ൽ മലബാറിലെ ജനങ്ങളെയും അവരുടെ വിശ്വാസങ്ങളെയും കുറിച്ച് പ്രസിദ്ധമായ ഗ്രന്ഥമെഴുതിയ ബർത്തലോമസ് അന്നത്തെ ജന

തയെ നാലു മതക്കാരായാണ് തരംതിരിച്ചിരിക്കുന്നത്. ജൂതന്മാർ, ക്രിസ്ത്യാനികൾ, മുസ്ലീങ്ങൾ, അപരിഷ്കൃതർ എന്നിവരാണ് ആ നാല് വിഭാഗങ്ങൾ. ഇംഗ്ലീഷിൽ പിശാചിന്റെ സന്തതികൾ എന്ന് അർത്ഥം വരുന്ന *heathen* എന്ന പദമാണ് അപരിഷ്കൃതർ എന്ന് തർജ്ജമ ചെയ്തിരിക്കുന്നത്. അത് കാണിക്കുന്നത് 18-ാം നൂറ്റാണ്ടിന്റെ തുടക്കത്തിൽ പോലും ഹിന്ദുമതം എന്ന പദത്തിന് മലയാളത്തിൽ പ്രചുരപ്രചാരം ലഭിച്ചിരുന്നില്ല എന്നാണ്. അല്ലെങ്കിൽ അന്ന് ഹിന്ദുമതം മലബാറിൽ ഉണ്ടായിരുന്നില്ല എന്ന നിഗമനത്തിൽ എത്തേണ്ടതായി വരും.

വടക്കേ ഇന്ത്യയിലെ വ്യാപാരി സമൂഹത്തെ ബനിയകൾ എന്നു വിളിച്ചുവരുന്നുണ്ട്. 17 ഉം 18 ഉം നൂറ്റാണ്ടുകളിൽ ഇന്ന് ഹിന്ദുവെന്നറിയപ്പെടുന്നവരാകെ അവിടെ ബനിയകൾ എന്നാണറിയപ്പെട്ടിരുന്നത്. എന്തായാലും പത്തൊമ്പതാം നൂറ്റാണ്ടോടെയാണ് 'ഹിന്ദുമതം' എന്ന പ്രയോഗം പ്രചുരപ്രചാരം നേടുന്നത്. ഇന്നിപ്പോൾ ഹിന്ദുമതം എന്ന പ്രയോഗമാണ് സാർവ്വത്രികമായ വിധത്തിൽ നമ്മുടെ മുമ്പിലുള്ളത് എന്നതിനാൽ ആ പദം നമ്മുടെ ചിന്തകളെ തിരിച്ച് സ്വാധീനിച്ചുകൊണ്ടിരിക്കുകയാണ്. മറ്റു മതങ്ങളുടേതുപോലെ ഇതിനും ചില പൊതുവായ വിശ്വാസങ്ങളും ആചാരങ്ങളുമുണ്ട് എന്ന മുൻധാരണയിൽ നിന്നാണ് നാം ഹിന്ദുമതത്തെക്കുറിച്ച് പഠിക്കാനാരംഭിക്കുന്നത്. എന്നാൽ ഹിന്ദുമതക്കാരായി ഇന്ത്യയിലാകമാനം കാണപ്പെടുന്ന ജനവിഭാഗങ്ങൾക്കാകെ ബാധകമായ ആചാരക്രമങ്ങളോ അനുശാസനങ്ങളോ ഇല്ല. പരസ്പരവിരുദ്ധമായ വിശ്വാസങ്ങൾ വച്ചുപുലർത്തുന്നവരെ കാണാനാവുകയും ചെയ്യും. ഏക ദൈവ വിശ്വാസികൾ, ബഹുദൈവ വിശ്വാസികൾ, ജീവാത്മാവും പരമാത്മാവുമുണ്ടെന്ന് വിശ്വസിക്കുന്നവർ, ജീവാത്മാവു മാത്രമേ ഉള്ളൂ എന്നു കരുതുന്നവർ, ദൈവവുമായി സംവദിക്കുന്നതിന് പുരോഹിതൻ വേണമെന്ന് കരുതുന്നവർ, ദൈവാനുഗ്രഹത്താൽ ഭക്തി മനസ്സിലുണ്ടെങ്കിൽ ഏതൊരു ദൈവവുമായും താദാത്മ്യം പ്രാപിക്കാമെന്ന് കരുതുന്നവർ, തുടങ്ങി വ്യത്യസ്ത വിശ്വാസങ്ങൾ വച്ചുപുലർത്തുന്നവരാണ് പൊതുവായി ഹിന്ദുക്കൾ എന്ന് ഇന്ന് അറിയപ്പെടുന്നവർ. എന്നാൽ ബഹുദൈവ വിശ്വാസവും അതിന് മുകളിലായി അദ്വൈതവാദവും പ്രതിഷ്ഠിച്ചതോടെ നാനാത്വത്തിൽ ഏകത്വമെന്ന ധാരണയുണ്ടാക്കി ഈ ഭിന്നതകളെയൊക്കെ മറച്ചുവയ്ക്കാൻ മതമേധാവികൾക്കു കഴിഞ്ഞു.

ഹിന്ദുത്വവാദികൾ അവകാശപ്പെടുന്നത് വേദങ്ങളെ ഹിന്ദുക്കളെല്ലാവരും അംഗീകരിക്കുന്നുണ്ടെന്നാണ് അത് ശരിയെങ്കിൽ ഋഗ്വേദത്തിലെ പുരുഷസൂക്തവും അതിലെ ചാതുർവർണ്യവും തുടർന്ന് അഥർവ്വവേദത്തിൽ ചാതുർവർണ്യത്തിന് നല്കിയിരിക്കുന്ന മേൽ-കീഴ് ബന്ധങ്ങളുമൊക്കെ അംഗീകരിക്കേണ്ടതായി വരും. സ്വാഭാവികമായും ബ്രാഹ്മണ മേധാവിത്വത്തിലാണ് അത് എത്തിച്ചേരുക. അങ്ങനെയെങ്കിൽ തന്നെ ചാതുർവർണ്യത്തിന് പുറത്തുവരുന്ന അവർണ്ണരും ചണ്ഡാലരും കിരാതരും കാട്ടാളരുമൊക്കെ ഹിന്ദുക്കളല്ലെന്ന് അംഗീകരിക്കേണ്ടതായി വരും.

ആർ എസ് എസ് പ്രചരിപ്പിക്കുന്ന ഹിന്ദുദേശീയത എന്നത് വ്യാജമായതും ചരിത്രവസ്തുതകൾക്ക് നിരക്കാത്തതുമായ ഒന്നാണെന്നാണ് ഇത് കാണിക്കുന്നത്. രണ്ടാം ദിന പ്രഭാഷണത്തിൽ ഭാരത മുസ്ലീങ്ങളെ ഹിന്ദു എന്നാണ് അന്യ രാജ്യക്കാർ വിളിച്ചിരുന്നത് എന്ന് ഭാഗവത് മൊഴിയുന്നുണ്ട്.

ചുരുക്കിപ്പറഞ്ഞാൽ 'വൈവിദ്ധ്യങ്ങളെ ചേർത്തുപിടിക്കുക' 'എല്ലാ ആശയങ്ങളെയും രീതികളെയും ഒന്നിച്ചു കൊണ്ടുപോവുക' എന്നൊക്കെ മോഹൻ ഭാഗവത് പറഞ്ഞത് ഭംഗി വാക്കുകളല്ല മറിച്ച് ഹിന്ദുസ്ഥാൻ എന്ന ഭാവി ഹിന്ദു രാഷ്ട്രത്തിലെ ഹിന്ദുക്കൾക്ക് കീഴിൽ എല്ലാ വൈവിദ്ധ്യങ്ങളെയും ആശയങ്ങളെയും രീതികളെയും കീഴ്പ്പെടുത്തി നിലനിർത്തുക എന്ന് തന്നെയാണ് അദ്ദേഹം വ്യക്തമാക്കിയത്.

'രാജ്യദ്രോഹികൾ'

ഔദ്യോഗികമായ കണക്കുകൾ അനുസരിച്ച് ഇന്ത്യയിൽ 1618 ഭാഷകളുണ്ട്. 6400 ജാതികളും പ്രമുഖമായ 6 മതങ്ങളുമുണ്ട്. അതിൽ നാലെണ്ണം രൂപംകൊണ്ടത് ഈ രാജ്യത്തുതന്നെയാണ്. നരവംശശാസ്ത്രപരമായി നോക്കിയാൽ ഇന്ത്യയിൽ വ്യത്യസ്തങ്ങളായ ആറ് നരവംശവിഭാഗങ്ങളുണ്ട്. അതുകൊണ്ടുതന്നെ മറ്റെല്ലാ രാജ്യങ്ങളിൽനിന്നും വ്യത്യസ്തമായി ഇന്ത്യയിൽ 29 മതപരവും സാംസ്കാരികവുമായ ഉത്സവങ്ങൾ നടത്തിവരുന്നുണ്ട്. ഒരു പക്ഷേ, ലോകത്തിൽ ഏറ്റവും കൂടുതൽ മതപരമായ അവധി ദിവസങ്ങൾ അനുവദിക്കുന്ന രാജ്യം ഇന്ത്യയായിരിക്കും. എന്നാൽ ഈ ഭാഷക്കാരെയും ജാതിക്കാരെയും മതവിശ്വാസികളെയും ഒറ്റ രാജ്യം എന്ന നിലയിൽ ഒരു രാഷ്ട്രീയ കേന്ദ്രത്തിൽ നിന്നാണ് ഭരിക്കുന്നത്. എങ്ങനെയാണ് ഈ ജനവിഭാഗങ്ങളെയെല്ലാം ഒന്നിപ്പിക്കുന്ന ഇന്ത്യ എന്ന ആശയം രൂപംകൊണ്ടത്?

ബ്രിട്ടീഷുകാരാണ് ഇന്ത്യയെ ഒന്നിപ്പിച്ചത് എന്ന് വാദിക്കുന്നവരുണ്ട്. ഇന്ത്യയെ വിഭജിച്ചത് ബ്രിട്ടീഷുകാരാണെന്നതും ഭിന്നിപ്പിച്ചു ഭരിക്കുക എന്നത് അവരുടെ ഭരണതന്ത്രമായിരുന്നു എന്നതും മറന്നുകൊണ്ടാണ് ഈ വാദം ഉന്നയിക്കപ്പെടുന്നത്. ദശലക്ഷക്കണക്കിനു പേരാണ് ഇന്ത്യാവിഭജനത്തിന്റെ പേരിൽ കൊലചെയ്യപ്പെട്ടത്. അവർ കോളനിയാക്കി വെച്ച പാലസ്തീനിലും സൈപ്രസിലും ആഫ്രിക്കയിലെ വിവിധ ഭാഗങ്ങളിലുമൊക്കെ ഈ ഭിന്നിപ്പിക്കൽ തന്ത്രം അനുവർത്തിക്കപ്പെട്ടിട്ടുണ്ട്. സ്വാതന്ത്ര്യലബ്ധിക്കുവേണ്ടി കൊളോണിയലിസത്തിനെതിരായി ഇന്ത്യൻ ജനത നടത്തിയ പോരാട്ടമാണ് ഈ വൈവിദ്ധ്യങ്ങളെ യോജിപ്പിക്കുകയും 660 ൽ ഏറെ വരുന്ന നാട്ടുരാജ്യങ്ങളെ ഒന്നിപ്പിച്ച് ആധുനിക ഇന്ത്യയെ രൂപപ്പെടുത്തുന്ന വിധത്തിലുള്ള ഒരു വിശാല ഇന്ത്യാ സങ്കല്പനത്തെ

രൂപപ്പെടുത്തുകയും ചെയ്തത്.

അതുകൊണ്ടുതന്നെ ഇന്ത്യൻ ദേശീയത യൂറോപ്യൻ ദേശീയതകളുടെ വാർപ്പു മാതൃകയിൽനിന്നു വ്യത്യസ്തമായിരിക്കുന്നു. ഫ്യൂഡലിസത്തിൽനിന്ന് മുതലാളിത്തത്തിലേക്കുള്ള പരിവർത്തന ദശയിലാണ് യൂറോപ്യൻ രാജ്യങ്ങളിൽ ദേശീയതാബോധം രൂപപ്പെടുകയും ദേശരാഷ്ട്രങ്ങൾ രൂപംകൊള്ളുകയും ചെയ്തത്. ഈ കാലയളവിൽ തന്നെയാണ് യൂറോപ്യൻ രാജ്യങ്ങളിൽ രാഷ്ട്രം മതത്തിൽനിന്ന് വേർപെടുത്തപ്പെട്ടത്. രാജാക്കന്മാരും ചക്രവർത്തിമാരുമൊക്കെ രാജ്യം ഭരിക്കാൻ ദൈവനിയോഗം കിട്ടിയവരാണെന്ന തെറ്റിദ്ധാരണയും ഈ കാലത്ത് തകർക്കപ്പെട്ടു. 1648 ൽ ഒപ്പുവെക്കപ്പെട്ട വെസ്റ്റ് ഫാലിയ ഉടമ്പടികൾ ദേശരാഷ്ട്രങ്ങളുടെ പരമാധികാര തത്ത്വങ്ങൾ അംഗീകരിച്ചു. രാഷ്ട്രങ്ങളുടെ പരമാധികാരം അംഗീകരിക്കുന്ന നിരവധി അന്താരാഷ്ട്ര നിയമങ്ങൾ ഇതിനു ശേഷം അംഗീകരിക്കപ്പെട്ടു. രാഷ്ട്രങ്ങൾ തമ്മിൽ തമ്മിലുള്ള തുല്യത, ഒരു രാജ്യത്തിന്റെ ആഭ്യന്തര കാര്യങ്ങളിൽ മറ്റൊന്ന് ഇടപെടാൻ പാടില്ല തുടങ്ങിയ വ്യവസ്ഥയൊക്കെ ഉണ്ടാവുന്നത് ഇതിനെ തുടർന്നാണ്.

രണ്ടാം ലോകയുദ്ധത്തിൽ ഫാസിസം പരാജയപ്പെടുത്തപ്പെട്ടു. അതിനെ തുടർന്ന് ഉയർന്നുവന്ന കോളനിവിരുദ്ധ സമരങ്ങൾ, ജനങ്ങൾ നടത്തിയ സ്വാതന്ത്ര്യ സമരപോരാട്ടങ്ങൾ എന്നിവയൊക്കെ സ്വതന്ത്ര രാജ്യങ്ങളുടെ സ്വതന്ത്രഘടന സംബന്ധിച്ച് അന്താരാഷ്ട്ര നിയമങ്ങളിലും ധാരണകളിലുമൊക്കെ ഒട്ടനവധി കൂട്ടിച്ചേർക്കലുകൾ നടത്തി. ഈ കാലയളവിലാണ് 'ഇന്ത്യ എന്ന സങ്കല്പനം' ഒരു യാഥാർത്ഥ്യമായി വികസിച്ചത്.

എന്താണ് 'ഇന്ത്യ എന്ന സങ്കല്പനം?' സങ്കീർണ്ണവും ബഹുമുഖവുമായ അതിന്റെ സവിശേഷതകൾ മാറ്റി വച്ച് ലളിതമായി പറഞ്ഞാൽ ഈ സങ്കല്പനം പ്രതിനിധീകരിക്കുന്നത് ഇന്ത്യ ഒരു രാജ്യമെന്ന നിലയിൽ മുന്നോട്ടു നീങ്ങുന്നത് അതിന്റെ വൈവിദ്ധ്യങ്ങൾക്കപ്പുറം സുസ്ഥിരവും സമഗ്രവുമായ ജനങ്ങളുടെ ഐക്യത്തിലേക്കാണ് എന്ന ആശയമാണ്. ഈ അടിസ്ഥാനത്തിൽ വെസ്റ്റ് ഫാലിയൻ സമാധാന ഉടമ്പടിയുടെ അടിസ്ഥാനത്തിലുള്ള യൂറോപ്യൻ ദേശീയതാ സങ്കല്പനത്തിൽനിന്ന് ഏറെ വ്യത്യസ്തമാണ് 'ഇന്ത്യ' എന്ന സങ്കല്പനം. ഈ വിശാല സങ്കല്പനത്തിനു പകരം സങ്കുചിതമായ 'ഹിന്ദുദേശീയത'യെ സ്ഥാപിക്കാനാണ് ആർ എസ് എസും ബി ജെ പിയും നിലകൊള്ളുന്നത്. ഹിന്ദു ഭൂരിപക്ഷത്തിന് മറ്റു മതന്യൂനപക്ഷങ്ങൾ കീഴ്പ്പെട്ടു നില്ക്കുന്ന ഒന്നാക്കി ഇന്ത്യയെ മാറ്റിത്തീർക്കാനാണ് അവർ ശ്രമിക്കുന്നത്. സ്വാതന്ത്ര്യ സമരത്തിലൂടെ വളർന്നുവന്ന ഇന്ത്യ എന്ന സങ്കല്പനത്തെത്തന്നെ തകർക്കുകയാണ് അവരുടെ ലക്ഷ്യം. അവർ ഇന്ത്യയെന്ന സങ്കല്പനത്തിനോട് യോജിക്കുന്നില്ല. കാരണം അത് രൂപപ്പെടുത്തിയ സ്വാതന്ത്ര്യ സമരത്തിൽ യാതൊരു പങ്കും അവർ നിർവ്വഹിച്ചിട്ടില്ല.

എന്തുകൊണ്ട് ആർ എസ് എസും ബി ജെ പിയും ഇന്ത്യയെന്ന വിശാലമായ സങ്കല്പനത്തെ എതിർക്കുന്നു? ഇന്ത്യ ഒരു മുതലാളിത്ത രാജ്യമാണ്. മുതലാളിത്ത രാജ്യത്തെ ദേശീയത പ്രോത്സാഹിപ്പിക്കുന്നത് മുതലാളിത്ത താല്പര്യങ്ങളെയായിരിക്കും. ബൂർഷ്വാസിയാണ് ഇന്ത്യയിലെ ഭരണവർഗ്ഗം എന്നതിനാൽ ദേശീയതയെ അവർ രാജ്യസ്നേഹം മാത്രമായാണ് അവതരിപ്പിക്കുന്നത്. ഇന്ന് ഭരണവർഗ്ഗപാർട്ടി ബി ജെ പിയാണ്. അതുകൊണ്ട് ഭരണവർഗ്ഗ നയങ്ങളെ എതിർക്കുന്നവരെ മുഴുവൻ രാജ്യദ്രോഹികളായി അവർ മുദ്രകുത്തുന്നു.

വെസ്റ്റ് ഫാലിയൻ നിർവ്വചനം അനുസരിച്ചുള്ള ദേശം ഉയർന്നുവന്നത് വാണിജ്യ മുതലാളിത്ത കാലത്തെ ബൂർഷ്വാദേശീയതയുമായി ബന്ധപ്പെട്ടാണ്. ആ കാലഘട്ടത്തിലാണ് സാമ്രാജ്യത്വവികസനവും സംഭവിക്കുന്നത്. 'ദേശത്തിന്റെ സമ്പത്ത്' വർദ്ധിപ്പിച്ചത് നേരിട്ടുള്ള കൊള്ളയിലൂടെയും സ്വർണ്ണഖനനത്തിലൂടെയും അടിമപ്പണിയിലൂടെയും മറ്റുമായിരുന്നു. അന്നത്തെ ദേശീയതകൊണ്ട് സാധാരണ ജനങ്ങൾക്കും അദ്ധ്വാനിക്കുന്നവർക്കും ഒന്നും യാതൊരു ഗുണവുമുണ്ടായിരുന്നില്ല. ജനത്തിനു മുകളിൽ ഉയർന്നു നില്ക്കുന്ന ഒന്നായി 'ദേശം' ഉയർന്നുനിന്നിരുന്നു. സാധാരണ ജനമാവട്ടെ 'ദേശീയത' രക്ഷിക്കാൻ വേണ്ടി പോരാടുന്ന ചാവേറുകൾ മാത്രമായിരുന്നു. അതായിരുന്നു ബൂർഷ്വാ ദേശീയതയുടെ സ്വഭാവം.

ഇന്നിപ്പോൾ അന്തർദ്ദേശീയ മൂലധനശക്തികളുടെ ആധിപത്യത്തിന്റെ കാലമാണ്. ബൂർഷ്വാദേശീയത അല്ലെങ്കിൽ ഇന്ത്യയിലെ ഹിന്ദുദേശീയത ഇന്ന് നിലകൊള്ളുന്നത് അന്തർദ്ദേശീയ ധനമൂലധനശക്തികളുടെ താല്പര്യം സംരക്ഷിക്കുന്നതിനുവേണ്ടി മാത്രമാണ്. ഇതാവട്ടെ സാധാരണ ജനങ്ങളുടെ കഷ്ടപ്പാട് വർദ്ധിപ്പിക്കുന്നു. കർഷക ആത്മഹത്യയുടെ കാര്യത്തിൽ ഇന്ത്യയിൽ മോദി ഭരണകാലത്ത് 26 ശതമാനമാണ് വർദ്ധനവുണ്ടായത്.

ഇന്ന് ഇന്ത്യയിൽ ഒരു കോർപ്പറേറ്റ് - വർഗ്ഗീയസഖ്യം രൂപപ്പെട്ടിരിക്കുന്നു. ദേശീയത സംരക്ഷിക്കുന്നതിന് ജനം ത്യാഗം സഹിക്കാൻ തയ്യാറാവണം എന്നാണ് അവർ ആവശ്യപ്പെടുന്നത്. അഭിപ്രായ സ്വാതന്ത്ര്യം സംരക്ഷിക്കുന്നത് ദേശത്തിന്റെ ചെലവിൽ ആവരുത് എന്നാണ് ഭരണകക്ഷി നേതാക്കൾ തന്നെ പറയുന്നത്. വിദ്യാഭ്യാസരംഗത്തെ പരിഷ്കരണങ്ങളിലൂടെ ഭാവിതലമുറയുടെ യുക്തിബോധത്തെയടക്കം തകർക്കാനും ചരിത്രം തന്നെ മാറ്റിയെഴുതാനും ഉള്ള സംഘടിതമായ ശ്രമമാണിന്ന് നടന്നുകൊണ്ടിരിക്കുന്നത്. ഇതിനെ ഒക്കെ എതിർക്കുന്നവരെ ദേശദ്രോഹികളായി മുദ്രകുത്തി അടിച്ചമർത്തലാണ് ഹിന്ദുദേശീയത കൊണ്ടുദ്ദേശിക്കുന്നത്. ഇത് ഇന്ത്യ എന്ന സങ്കല്പനത്തെ തന്നെ ഇല്ലാതാക്കുന്നതിനുള്ള ശ്രമമാണ്.

9 789388 485999

Printed by Libri Plureos GmbH in Hamburg,
Germany